நாரணோ ஜெயராமன் கவிதைகள்

டிஸ்கவரி புக் பேலஸ்

கே.கே.நகர் மேற்கு, சென்னை - 600 078.
(பாண்டிச்சேரி கெஸ்ட் ஹவுஸ் அருகில்)
Ph: 044 - 4855 7525 Mobile: +91 87545 07070

நாரணோ ஜெயராமன் கவிதைகள்
ஆசிரியர்: நாரணோ ஜெயராமன்©

Narano Jeyaraman Poems
Author: **Narano Jeyaraman**©

First Edition: April - 2019
Pages: 200
Wraper Drawing : Balaji Srinivasan

Published by :

Discovery Book Palace (P) Ltd,
6, Mahaveer Complex, Munusamy Salai,
K.K.Nagar West, Chennai-600 078.
Ph: +91 44 48557525
Mobile: +91 87545 07070

E-mail: **discoverybookpalace@gmail.com,**
Website: **www.discoverybookpalace.com**

Rs. 150

நாரணோ ஜெயராமன்

திருச்சி மாவட்டத்தைச் சேர்ந்த பிக்ஷாண்டார் கோயில் எனப்படும் உத்தமர்கோயிலில் 1945-ம் ஆண்டு பிறந்தவர். சென்னை ஜெயின் கல்லூரியில் வேதியியல் படித்து, அதே கல்லூரியில் விளக்குநராகப் பணியில் சேர்ந்தார். பின்னர், தத்துவம் படித்து, தத்துவம், வேதியியல் துறைகளில் விரிவுரையாளராகப் பணியாற்றினார். தற்போது குரோம்பேட்டை நெமிலிச்சேரியில் மனைவி ஜெயம், சகோதரியுடன் வசித்து வருகிறார். இவருக்கு இரண்டு மகன்கள்.

சத்திய தருணங்களைத் தேடி...

பிறந்த கணம்தான் நம் வாழ்க்கையின் மிக சத்தியமான தருணமாக இருக்க வேண்டும். காலம் நகர நகர நம்மேல் தோல்மாதிரி பல அமானுஷ்யமான திரைகள் வளர்ந்து வளர்ந்து நம் சுயத்தை மறைத்துக்கொண்டே நம் வயதை வளர்த்துகின்றன அல்லது பௌதீகப்படுத்துகின்றன.

பிறகு புத்திசாலித்தனத்தையெல்லாம் சேகரித்துக்கொண்டு பல முன்னோடி சிந்தனைகளை நமக்குள் நிரப்பிக்கொண்டு மீண்டும் நாம் நம் சுயத்தைத் தோண்டியெடுக்க ஆர்வம் கொள்கிறோம். அந்த ஆர்வம் தீராத ஏக்கமாக, தொன்மையான தாகமாக, விசாரமாக, நெக்குருகித் தேம்பும் துக்கமாக, விரக்தியாக, தவமாக இப்படிபலவித அவஸ்தைகளை நாம் தீவிரமாக அனுபவிப்பதே நம் வாழ்க்கையாக மாறிவிடுகிறது.

இப்படி ஏன், ஒரு தவிர்க்கமுடியாத நிர்ப்பந்தத்துக்கு நாம் தள்ளப் படுகிறோம்? புறவாழ்க்கை திடீரென்று ஏன், காரணமில்லாமல் ஒவ்வாமை ஆகிவிடுகிறது? காலம் நம்மை ஏன், ஏமாற்றிக்கொண்டிருப்பதாகவே ஒரு உணர்வு நமக்குள் உறுத்திக்கொண்டே இருக்கிறது? பார்ப்பதெல்லாம் முடிவான சத்தியம் இல்லையென்பதும் சத்தியத்தைக் கண்டுணருவதுதான் நம் ஜீவித நோக்கம் என்பதும் நமக்குள் உந்துதல் நேருவதற்கு பல பிரத்யட்சக் காரணங்களும் நமக்குத் தோன்றுகின்றன. ஒரு வாகனத்தை ஒருவன், வாழ்க்கை முழுவதும் ஓயாமல் துடைத்துத் துடைத்து பிரித்து மாட்டிக்கொண்டே இருப்பதுதான் அவனுக்கு விதிக்கப்பட்ட காரியமா? அந்த வாகனத்தின் சிருஷ்டிப் பயனை அழகான ஓட்டத்தை மேடுகளிலும் பள்ளங்களிலும் மலைகளிலும் காடுகளிலும் கடக்கும் அதன் அற்புதமான, சுகமான பாய்ச்சலை என்றாவது அனுபவம் கொள்வானா?

மெய்ஞானம் என்பது ஒரு மாயமான்; வெறும் வார்த்தை; விரலை விரலால் பிடிககவே முடியாது என்று ஒரு கருத்தும் நம்மை பலசமயம் சமாதானப்படுத்துகிறது.

திரு. நாரணோ ஜெயராமன் அன்றாடம் மனக்காகிதத்தில் தனக்கு மட்டும் எழுதி வைத்துக்கொண்ட மனக்குறிப்புகள் போன்ற வீர்யமான சின்னச்சின்ன கவிதை வரிகள் என்னை மேற்கண்ட எண்ணப் பான்மைக்குத் தூண்டிவிட்டன.

இப்போது எழுபதைத் தொட்டுக்கொண்டிருக்கும் திரு. நாரணோ ஜெயராமன், எழுபதுகளில் புதுக்கவிதையின் இளம்பிராயத்திலேயே இத்தகைய தனித்தன்மைவாய்ந்த குறுங்கவிதைகளை எழுதிக் கவனம்பெற்றவர். ‘கசடதபற’, ‘ஞானரதம்’ போன்ற சிறந்த சிறுபத்திரிகைகளில் பிரசுரம் கண்டவர்.

பிரெஞ்சுக் கவிஞன் ஆர்தர் ரைம்போ மாதிரி ஏழெட்டு வருடங்களுக்குள்ளாகவே தனக்குள் சொல்ல நினைத்ததை காத்திரமான சொற்களில் சொல்லிவிட்டு மௌனத்தில், அமைதியில் ஆழ்ந்துபோனவர்.

இவர் படைப்புகள் எல்லாமே, கவிதைகள் என்று பொதுவாக சொல்லப்படும் சில கவர்ச்சிகரமான அம்சங்களைத் தாண்டி சீரிய தனிமையில், நுண்மையாக செதுக்கப்பட்ட உள்ளோசைகள்.

அநேகமாக, எல்லா வரிகளுமே மிக எளிமையாக, ஆதங்கமாக, வேதாந்தமாக புறவாழ்க்கையின் அவசங்களால் தன்னியல்பாக எழும்பிய கேள்விகள்.

வாழ்வைப் பற்றியும் காலத்தைப் பற்றியும் பிரபஞ் சத்தைப் பற்றியும் மரணத்தைப் பற்றியும் அதன் மர்மங்களை புரிந்துகொள்ளத் தவிக்கும் ஏக்கங்களுடன் எழுப்பப்படும் கேள்விகள்... விசாரங்கள்... சமாதானங்கள்.

‘வாழ்வை ஒரு பொறியில் கண்டு துன்புறுகிறேன்

ஒன்றவும் முடியாமல் வேறாய் விலகவும் முடியாமல்...’ என்கிறார்.

புற வாழ்க்கையின் அநிச்சயங்களால், ஆழமற்ற அலைக்கழிப்புகளால், அமைதி ஒரு கானல்நீராய் நம்மை அலைக்கழிக்கும் நிகழ்வுகளால், ஒரு மிக நுண்மையான கள்ளமற்ற மனம் தீர்வுக்காக அலையும் தீர்வற்ற போராட்டம்தான், இப்படிப்பட்ட வெளிப்பாடுகளைக்

கவிதைகளாக இவருக்குச் சொல்லத் தூண்டுகின்றன. கிருஷ்ணபரமாத்மாவின் வேதங்கள், தத்துவஞானிகள் ஜிட்டு கிருஷ்ணமூர்த்தி, மார்ஸல் ப்ரௌஸ்ட், இமானுவேல் கான்ட் இவர்கள் யாருமே இவருக்கு விடையளிப்பதில்லை.

'நான் நானாக இருத்தல் என்று ஒன்று உண்டா?' என்று கேட்டுக் கொள்கிறார். கண்ணாடித் தரையில் விழுந்த பாம்பாக இவருடைய வாழ்க்கையின் வியர்த்தமான அசைவுகள் மீண்டும் மீண்டும் விடுதலையைக் கனவு காண்கின்றன. சுயவீரியத்துடன் சார்பில்லாமல் இவர் தேடும் வாழ்க்கையின் புதிர்களுக்கு அங்கங்கே அவ்வப்போது, மனித வாழ்க்கையை யோகமாக அமானுஷ்யமான அருளுக்குப் பாத்திரமாகும் யோக்யதையுடன், புனித விரதங்களுடன் அணுகவேண்டுமென்ற, இந்து மத ஆச்சாரியார்களின் போதனைகளும் இவருக்கு, சில புரிதல்களில் ஒரு கலங்கரை விளக்கமாகத் தெரிகிறது.

இவருடைய கேள்விகள் பிரபஞ்சபூர்வமானவை. நிரந்தரமானவை. எப்போதும் புதுமை குறையாததாக வாசிக்கும் சீரிய உள்ளத்தை எப்போதும் பல வினோதமான, விபரீதமான திசைகளில் சிந்திக்கத் தூண்டுபவை. தட்சிணாமூர்த்தியின் மௌனம்போல.

'நான் எனப்படுகிற என்னையும் சேர்த்து
எல்லாவற்றையும் அக்குவேறு ஆணிவேறாகக்
கழட்டிப் பிரித்துப் பார்த்து விட்டேன்...
என்னவோ இருக்கிறோம்... என்னவோ செய்கிறோம்...
எதுவும் சாத்தியமில்லை!

மொத்தத்தில் ஒன்றுமில்லை போங்கோ!' என்கிறார்.

ஆனால் இந்தக் கவிதை ஆழமானது... அவ்வளவு எளிமையானதல்ல! உயிரோடு மனிதனை அறுவை சிகிச்சை செய்து திறந்துபார்த்து உயிர் இருக்கும் இடத்தைத் தேடிக் கண்டுபிடிக்க முயற்சிக்கும் பிரும்மாண்டமான அபத்தத்தை (Colossal Absurdity) நுண்மையாகச் சுட்டிக் காட்டுகிறது. எப்போதும் வாசிக்கக்கூடிய பிரபஞ்சக் கவிதைகளை எழுதும் நாரணோ ஜெயராமன் அவர்களுக்கு என் வாழ்த்துகள்.

எஸ்.வைத்தீஸ்வரன்

22, அக்டோபர், 2018

எதுவும் முடிந்த முடிபு இல்லை என்கிற நிலையில் அந்தந்தக் கண எழுச்சிகள் நான் எழுதுபவை ஆகின்றன. என் கவிதைகள் நிகழ்வதும் இவ்வண்ணம்தான் வார்த்தைகள் ஏற்கனவே இருப்பவைதாம். அனுபவச் சூட்டில் புது உக்கிரம்பெற்று கவிதையில் தங்கள் இடத்தைத் தேடிப் பிடிக்கின்றன. கவிதை கருக்கொண்டு, இரத்தமும் சதையுமாகி, காகிதத்தில் ஜனிக்க என்று ஒவ்வொரு நிலைக்குமான கால இடைவெளி மிகச் சொற்பமாகவே என்னைப் பொறுத்தவரையில் இருந்து வருகிறது. கவிதை காகிதத்தில் எழுதப்படுகையில் ஓர் உள்ளுணர்வும், ஊகமும் வழிகாட்ட வரிகள் தங்கள் அமைப்பைப் பெறுகின்றன. என் கவிதையின் இலக்கணம் இதுதான்.

இத்தொகுப்பில் அடங்கும் கவிதைகள் 1972-1976 என்கிற கால இடைவெளிக்குள் எழுதப்பட்டவை. இத்தொகுப்பில், சதங்கை, ஞானரதம், கசடதபற, தெறிகள், விமர்சனம் போன்ற சிற்றேடுகளில் வெளியான கவிதைகளும், நாற்றங்கால் கவிதைத் தொகுப்பில் இடம்பெற்ற இரண்டு கவிதைகளும் இதுவரையில் பத்திரிகையில் பிரசுரமாகாத கவிதைகளும் அடங்கியுள்ளன. என் கவிதைகளை அவ்வப்பொழுது பிரசுரித்த மேற்சொன்ன சிற்றேடுகளுக்கும், இத்தொகுப்பிற்கு முன்னுரை எழுதியிருக்கும் பிர்மிள் தர்மூஅரூப் : சிவராமுவிற்கும் என் மனமார்ந்த நன்றி.

நாரணோ ஜெயராமன்

சென்னை 88
31.10.1976

அகத்துறை வாழ்வின் ஸ்திரீலட்சியமாக வாழ்ந்த கண்ணகியை அவளது அன்பின் வீர்யம் தார்மிகத்தின் தீவிரமாக முகம்கொள்ள, புறத்துறையின் சிகர நிகழ்ச்சியான ஒரு புரட்சியின் நடுநாயகியாக உயர்த்தி 'சிலப்பதிகார'மாகப் படைத்தபோது, இளங்கோ, தனிமனித தீபமாக ஜ்வலித்த நியதி பொதுவாழ்வையும் பற்றிப் பெருநெருப்பாகியதைச் சித்தரித்தான். 'சிலப்பதிகாரம்' இந்த நியதியின் ஊற்றுக்கண்ணிலுள்ள தூய்மையை ஒரு கனல்நிலையாக நிதர்சனமாக்கி ஒரு சமூக தர்சனமாகவே பெருகி, வால்மீகியின் ராமாயண பாத்திரங்களை கம்பனின் தமிழ்ப்படைப்பில் உன்னதமான நியதிகளின்பாற்படுத்துமளவு ஒரு நாகரிகத்தின் ஆளுமைக் காவியமாக நிலைத்த வலிமைவாய்ந்த சிருஷ்டி.

ஆனால்

இன்று நுண்ணுணர்வுகளை மழுங்க அடிக்கும் சமகால வாழ்வின் தமிழ் வேஷமாகவே இளங்கோவின் தீபத்தினடியில் இருளாகி ருசிகரமான போலிகள் பதுங்குகின்றன. காந்தியின் தியாகக் கொள்கை வெகுஜனவாதமாகியதும் ருசிகரமான காதல் கதைகளுக்கு ஒரு ஜனரஞ்சகமான பின்னணியாகிறது. நிதர்சனத்தையோ, புத்துணர்வையோ ஆதர்சிக்காமல், மனோவிகாரத்தைச் சார்ந்த ருசிகரத்துக்கு காலாதீதமான மகுடங்களைத் திருடிச் சூட்டுகிறபோது, உக்கிரகிக்கும் கவிஞனது எழுத்து மகுடத்தை அதன் மூலமதிப்புக்கு உருக்கி விகாரங்களை அம்பலப்படுத்துகிறது. உருகிவிட்டது எனினும் மகுடத்தின் சரித்திரகால ஸ்தானத்தை நினைவில்கொள்வதோடு, பொன் தனது அகமதிப்பை இழக்காமல் புதிய மௌலிகளாகச் சமையக் காத்திருக்கிறது என்பதையும் அறிவுவாதி, கவிஞன் ஆகிய இருவரும் உணர்வார்கள். அத்தகைய உணர்வு அற்றவர்கள் இன்று தமது மண்டைகளின் கிரகிப்புக்கே அப்பாற்பட்ட தத்துவதர்சிகளைக்கூட 'பாப்புலர்' ஆக்கிவிட்ட சமகால 'இஸம்'களின் தளத்தில் நின்று மட்டம்தட்டி

சரித்திர உணர்வோ, அடிப்படை மதிப்பீட்டுணர்வோ அற்ற தமிழகத்தில் பவிஷு கொள்கின்றனர். ஒரு ஐம்பது வருஷ காலத்துக்குள் இன்று கடந்துவிட்ட தமிழ் இலக்கியச் சரித்திரத்தை அந்த அந்த எழுத்தாளர்களின் சமகாலப் பின்னணியை உட்படுத்தி ஆராய்ந்தாலே எவ்வித தரிசனம் உள்ள எழுத்தாளர்கள் மதிப்பீடுகளின் அடிப்படைகளை ஆதர்சிக்கும் உக்கிரமான எதிர்ப்பை வெளியிட்டுள்ளனர் எனக் காணலாம். வாசகனின் அனுபவத்தில் நிதர்சன சக்தியாகக் கனலும் அந்தப் படைப்பாளிகளின் சிருஷ்டிகள் சாட்சிகளாக நிற்கும். அடிப்படை மதிப்பீடுகளைப் புத்துணர்வுடன் சுயதர்சனமாக அனுபவிப்பதுதான் நிதர்சன உக்கிரம் வாய்ந்த சிருஷ்டிகரத்தை விழித்தெழவைக்கும் என்ற உண்மையும் புலனாகும்.

II

வாழ்வின் நிதர்சனத்தை உணர்ந்தவன் புத்துணர்வு பெறுகிறான். புத்துணர்வு பொங்கும் வெளியீட்டின் வழியே கலையுருவில் நிதர்சனத்தைப் புனர் படைப்பாகச் சிருஷ்டிக்கிறான். ஆனால், ருசிகரமான அநுபவமோ, மனசின் முதிர்ச்சியின்மை, விகாரம் ஆகியவற்றைச் சார்ந்தது. ஆழ்ந்துயர்ந்துணராதவர்கள் படைப்பவற்றின் நிரந்தர த்வனி ருசிகரம்தான். இவ்வகையினர் தம்மை உன்னதஜீவிகளாக வேஷமிட்டுக் காட்ட காந்தீயமும், கண்ணகீயமும் உபயோகமானால், இன்னொருபுறம், திறனற்ற இலக்கியப் போலிகளுக்கு, புரட்சியும், கட்சியும், அந்நியத்வமும், 'பாப்புலர்' ஆன 'இஸம்'களும் கிடைக்கின்றன.

நிதர்சன ஊற்றிலே பருகியவனோ வாழ்வின் அவல மதிப்பீடுகளைத் தனது படைப்பில் நிகழ்த்தி நிதர்சனத்தின் குரூர சந்நிதியாக்குவதன் மூலமே உன்னதமான மனச்சலனங்களை எழுப்புகிறவனாவான். இந்த மனச்சலனங்கள் ஆக்கபூர்வமான மனோசக்திகளாக மாறி வாசகனின் வாழ்வையே தொற்றிச் சஞ்சரிக்குமளவு சில அபூர்வ படைப்பாளிகளிடமிருந்து பிறக்கின்றன. இது ஒழுக்கமுறை, புரட்சிக்குரல் என்ற தற்காலிகக் குளிகையோ, தார்க்குச்சியோ அல்ல. தானே வாழ்ந்து கற்றுக்கொள்கிற வகையான நிதர்சனமாக, சிருஷ்டிக்கப்பட்ட கலையுருவமே அமைந்து ஏற்படுத்தும் ஆழ்ந்த பாதிப்பு இது. இத்தகைய படைப்புகளின் பாதிப்பில் நாகரிகங்கள் விழித்தெழுகின்றன, தம்மை விமர்சித்துக்கொள்கின்றன.

வாழ்வின் ரகஸியங்களாக திவ்யம் கொண்டு, உள்ளத்தை ஜீரணம் கொள்ள, புறவயமான குரூரங்களாகி மனிதன்மீது

பாய்வதுதான் நிதர்சனம். நிச்சய புத்தியைச் சிதறடிப்பதன்மூலமே நிதர்சனம் மனிதனை உட்கொள்கிறது. இது மனோபங்கம். பழமை சார்ந்த நிச்சயநிலையின் வீழ்ச்சி. இதன் விளைவாக, பழமையின் இழப்பில், துடைக்கப்பட்ட வெறுமை நிகழ்கிறது. இந்த வெற்றுணர்வின் ஒரு சாயல் 'துக்கம்' என்று உணரத்தக்க மனசின் கனல்நிலை. இன்னொரு சாயல் புத்துணர்வு. உன்னதமான கலாசிருஷ்டியில் நிதர்சனத்தை இந்த இருமுகச் சாயல்களாகக் காணலாம்.

உணர்வுநிலையே அனுபவநிலை. பொருள் காணுவது அறிவுபூர்வமாகவே ஆகும். கலை இவ்விரண்டு வகை அணுகுதல்களுக்கும் ஈடு தருவதெனினும், நிதர்சன சக்தியாக வெளியீடு பரிணமிக்கிறபோது உணர்வுநிலையிலேயே பொருள் அனுபவமாகிறது. தமிழ் விமர்சனமோ, பொருளம்சத்தையே முன் நிறுத்தி நிதர்சனானுபவத்தை இழந்து தனது பாரம்பரியத்தின் தேய்ந்த வலுவிழந்த மதிப்பீடான வியாக்யான வரம்புகள் தேங்குகிறது. வியாக்யானத்துக்கு அகப்படும் பொருள் போதும் என்பது இந்த மதிப்பீட்டின் அடிப்படை. நிதர்சனத்தை அனுபவிக்கிற உணர்வுநிலை, வாழ்வைப் புறநிலையில்கூட அதன் மெய்மையாகச் சந்திக்கிற அகச்சக்தியை இழந்து, தானும் மங்க, லட்சியங்கள், நியதிகள், கொள்கைகள், நேர்மையின் பவிஷுகள், 'இஸம்'களின் புரட்சிப் பகட்டுகள் என 'பொருள் பண்ணி' இல்லாத பொருளையும் இருப்பதாக மசியும் இழிவாக இன்று கவிதையிலும் விமர்சனத்திலும் தமிழ்மூளை வேலை செய்துகொண்டு வருகிறது. 'பாடை, நாய் போன்ற தீவிரமான பிரத்தியட்சங்கள்கூட இவர்கள் கையில் வீர்யத்தை இழக்கின்றன' என்றும் 'விகடத்தனமான... இந்த மனநிலைக்கும் இவ்வகை விகடத்துக்கும் கவிதை அகப்படாது' என்றும், பிரிதொரு கட்டுரையின் இருவேறு இடங்களில் எனது கருத்தைக் காணலாம்.

இங்கே பொருள் வீர்யம் பெறுவதும், மனநிலை கவிதையாக, அதாவது உணர்வினைத் தாக்கும் அனுபவப் பொருளாக வெளியீட்டுக்கு அகப்படுவதும்தான் கவனிப்புக்கு உரியவை. ஆனால், இவ்வரிகளுக்குப் பதிலாக, எவ்விதத்திலும் கலைஞனுடன் ஒப்பிடத்தக்க சூசகம் பெறாத நாயைக் 'கலைஞன்' என்றும் பாடையை விட்டுவிட்டுப் பாடைதூக்கிகளின் கால்களைஅதுவும் ஒரு இழவு வீட்டின் முக்ய கடமையாக பிணத்தை அகற்றுவதில் ஈடுபட்டுள்ள கால்களைஅவை நாயை உதைப்பதை மட்டும் கொண்டு.

‘சமூக மதிப்புகள்’ என்றும் வாய்க்குவந்த, ‘பாப்புலர்’ பொருளைக் கவிதைக்கு ஏற்றும் போது, வியாக்யான சாத்யத்தைக் கவிதையின் மதிப்பீடாக மயங்கும் தமிழ்த்தனம், சொத்தையாகிப்போன தனது பல்லைக் காட்டிவிடுகிறது.

தெருவைக் காத்து, திருடர்களை மாட்டிவைத்து, குரல்தரும் நாய், வீசப்பட்ட இலையிலுள்ள உணவை நோக்கித் தாவும்போது, குறுக்கே டப்பாங்கூத்து ஆடுகிற சில காலிகளின் கால்கள் மறித்து உதைப்பதுபோன்ற ஒரு நிலைமைதான் மேற்படி வியாக்யானத்துக்குப் பொருந்தக்கூடியது. இதைப் படித்ததும் இந்த ரகத்தில் இனி நிறையவே எழுதப்படக்கூடும். ஆனால் அதுகூட கவித்வ வீர்யத்தோடு நிகழ்ந்தால்தான் நிதர்சனானுபவம், சிருஷ்டி, கவிதை என ஆகும்.

III

வியாக்யானங்களுக்குத் தகுதியானது தரிசனப்பிழம்பாகி நிற்கும் உட்பொருளே, அனுபவிக்கும் வாசக உள்ளத்தில் நிதர்சன சக்தியாகக் கவிதையின் உட்பொருளே எரிகிறது. அவனது வாழ்வின்மீதே ஒளி பெய்கிறது. இத்தகைய காலாதீதமான தூய்மைப் பிழம்புகளை வெறும் அறமுறைகளாகத் தேக்கி தமது தயாரிப்புகளுக்கு பவிஷு தரும் மரபாக்கிய தமிழ்ப் பண்டிதத்தனத்தின் தொடரையே இன்று கட்சீயம், புரட்சீயம், இதர பாப்புலரிஸம் என்றெல்லாம் திறனின்மைகள்மீது சவாரி வரக் காண்கிறோம். எனவே, இன்று இவற்றை மறுத்து,

சுற்றிலும்
இல்லாமை பிரலாபம்.
ஓட்டைக் கதவுக்கு
கனத்த பூட்டுகள்

என, இல்லாதவன் என்ற நிலைமையின் அரசியலுருவையும், இருப்பவனின் நிரந்தரமின்மையையும் எள்ளி நகையாடிவிட்டு, வீழ்ச்சியிலும் உயிர் தணியாத நிதர்சன வாழ்வின் குழந்தைமையை அனுபவிக்கக் கண்கொள்கிறோம். காட்சி புத்துணர்வை மலர்த்தி விரிகிறது:

சாக்கடை ஓரத்தில்
கந்தலில்
சிசுக்கள் நிலாகண்டு சிரித்து
மல்லாந்து கிடக்கும்.

வாழ்வின், மனிதநேயத்தின் நுண்ணுணர்வுத்தளங்களை எட்ட இயலாத புரட்சி வைதீகங்களினது காயடித்த மனோபாவத்தைத் திடுக்கிடவைக்கிற தர்சனம் இது. இத்தகைய தர்சனத்தின் பார்வையிலே 'அலைதல்கள் மகத்தானவை'. இத்தகைய கவிஞனின் தீட்சண்யத்துடன் வாசக மனம் பிணைந்தால் 'வெய்யிலை கைகளால் அள்ளிக் கொள்ளலாம்.'

அறமுறை ஆலோசனைகளும், புரட்சி அறிக்கைகளும், பாப்புலர் 'இஸம்'களும்,

உனக்குள் தடுமாறு
பற்றிக்கொள்
குட்டிக்கரணம் போடு
வௌவாலாய்த் தொங்கு
வெளியில் செங்கல் அடுக்கி
மணல்கலந்து காரை பூசி
கட்டிடம் எழுப்பாதே.
ஐந்துக்கள் அடையும்
நாறும்!

என்ற அலட்சியமான விவேகத்தின்முன் மழுங்குகின்றன.

இத்தகைய கவியின் வீர்யம், எளிமை கலந்த படிமச் செறிவாகி, 'வெய்யிலை கைகளால் அள்ளிக்' கொள்கிறபோது சூர்யஒளி திரவக் கனம் பெறுகிறது.

எஞ்சினின் 'எந்திரத் திருப்தி'யில் மனித மனசின் சௌகர்ய முடக்கமும் ஜடவாதமும் எதிரொலிக்கின்றன.

கவியினுள் காலத்தின் 'நிழல்கள் வேவு பார்க்கின்ற' போது, மனோரூபங்கள் கவித்வத்தின் பட்டறையில் கனல் கொள்கின்றன.

ஒதுங்கி நின்று, அலட்சியமும், நெளிவும், புலனுலகை அது உள்ளபடியே துணிந்து, பரிந்து கண்கொண்டு அனுபவிக்கும் விவேகமும், அந்த விவேகத்தைப் பேச்சமைதி சார்ந்த ஒரு சரஸமொழியில் வெளியிடும் விசேஷத்தன்மையும் நாரணோ ஜெயொராமனுடையவை.

வாழ்வின் அவலமாகத் தென்படுகிறவற்றிலேகூட, இங்கே ஏற்கனவே விவரித்த வைதீகமான பாப்புலர்

தர்மாவேசங்களுக்கு எட்டாதவற்றை அனுபவித்துக் கனலும் சாந்தபுஷ்டி நா.ஜெயெராமனின் தர்சனம்.

இந்தப் பார்வையிலிருந்து எழும் அஸ்திரங்களும் உள. சக்கிலியனைக் கண்கொண்டதோடு, மனிதநேயமாகச் செல்லுபடியாகாமல் போய்விட்ட பகட்டுச் சித்தாந்தங்கள்மீது பார்வை விழுகிறது.

கட்சி ஆபீஸில்
தொழிலாளிக்கு கோவணம்கட்ட
விரையும் தோழர்
இந்த எந்திரத்திடம் விட்டெறிவது
செல்லாக் காசு.

இத்தகைய சுயநோக்கு வாய்ந்த ஒரு விழிப்புணர்வுதான் தவிர்க்க முடியாமலே போலிகளை அம்பலமாக்குகிறக் கவித்வத்தின் இயல்பு; எதிர்ப்பியல்பு. எனவே, எத்தகைய விரூபங்களின் எத்தகையத் தாக்குதல்களுக்கு இத்தகையக் கவிஞன் இலக்காக முடியும் என்பதையும் சொல்லவேண்டியதில்லை அல்லவா?

பிர்மிள் தர்மூஅரூப்:சிவராம்

சென்னை
25.10.1976

அமிழல்

ஆடாத கிளைமேல்
கரையாமல், சிறகு பரத்தி,
தலை தாழ்த்தி, நீட்டிய அலகால்
இடம், வலமெனச் சொறிந்து நின்றது
காகம்
இருகூறு என இருபக்கம் பிரிந்த
இறகுகள் தொய்ந்து விழும்நிலை
பெற்றன-
அகம் பார்க்கும் நிலை இதுவெனத்
தெளிவு.

நிலை

அமர்ந்திருக்கும் வரப்பு,

வரப்பின் மேல் சிலுக்கும் செடி,

அரக்குச் சிவப்பாய்
ஒளிரும்
மேற்குச் சிதறல்கள்,

அண்ணாந்த கண்
தொலைவில் அதிசயிக்க
வேகம் கொள்ளும் பறவைகள்,

வடப்புறத்தில் நீர்த்தடங்களாய்
முயங்கிக் கிடக்கும் உருவங்கள்,

தொலைவில் மேயும் மாடு,
கன்று,

எல்லாமே ஸ்தம்பித்து நிற்கின்றன.

எங்கோ மூலையில்
கட்டிப் போட்ட
வீட்டுநாய் மட்டும்
குரைத்துக் கொண்டே யிருக்கிறது.

வானளாவி நின்று

இந்த வானிற்கும்
என் முகம்தான் போலும்!

குளுமையாய் கொஞ்சம் பச்சை,
அல்லது
இள நீலம்,

நரம்பு முறுக்க செஞ்சிவப்பு,

துக்கம் முட்டச் சாம்பல்,

நுரை ததும்ப வெள்ளை என

நிறம் காட்டி
வெளியாய் விரிந்து...

மௌன நசிவு

இந்த இடத்து மௌனம்
இன்னும் சிறிது பொழுதில் கலையும்
  -வெளிச் சென்றவர்
புதுச்சேதி கொணர்வர் - அவை
அலசப்படும் - இந்நடப்பின் தொடர்பாய்
ஒரு மூலையில் கல்லில் நார் உரிக்க
வேண்டும்.
இன்னொரு மூலையில் முளுந்து
கொட்டும்
சோற்றைக் கிளறி அமுக்க வேண்டும்.
பிறிதொரு புறத்தில் நுகத்தடி விட்டுத்
திமிறும் காளையை இழுத்துப் பிணைக்க
வேண்டும்.
  இதெல்லாம் முடிந்து
மீண்டும் வரும் மௌனம் எண்ணி
மகிழ முடியாது - அது
வெடித்துச் சிதறவிருக்கும் இன்னொரு
புயலை
அடக்கி யிருக்கும்.

நாய்களுக்கு

I

பராக்கு பார்த்துப் போனவனை
நிதானிக்க வைத்து,
முறைத்து
கால் இடற
உரசி ஓடிவந்தாய் - மருண்டு விட்டேன்
இப்பொழுதோ
தள்ளி நின்று
முன்னங் கால்களில் ஒன்றைத் தூக்கி
ஒன்றுக்கு நான்கு தடவைகளாய்
நெற்றியில் அடித்துக் கொள்கிறாய்
உறவு கொள்கிறாயா
அல்லது
உதறித் தள்ளுகிறாயா
புரியவில்லை
சொல்லிவிடு.

II

உன் குரல்
ஒவ்வொரு ஜன்னலாக
தட்டத்தான் செய்கிறது

ஏன் இப்படி
கதறி, அலமந்து, ஆன்மா
அழிக்கிறாய்?

இவர்கள்
சன்னமாய் விழிக்கப்
போவதில்லை

அவர்களுக்கு
தடால், டமார் என ஓசை
வேண்டும்

வாரிச் சுருட்டி எழ.

III

வெறும் குரைப்பாய்
         ஜனித்து
கோயில் நிசப்தத்தில்
எதிரொலிக்கும்
ஒற்றைக் குரலாய்
தொலைவை என்னுள்
அர்த்தமாக்கி
இந்த நாய்
தேடிப் போனது
எங்கே?
எதை?

நச்சு

வானம் தன் சாம்பற் திரையிறக்க,
மூட்டம்

பழக்கங்கள்,
சலிப்புகளாய் அசதி தருகின்றன.

கண் வலிக்க,
மண்டை நோக,
யோசனையுள் புதைகிறேன்.

அமிழல், நிழல்கள் பின்ன
எதன் உறக்கம்?

வெளிவாங்கிய வானப் பொலிவாய்
நிதானம் ஒளிரும் - ஒரு நொடிதான்!

புதுப் பிறவி யோசனைச் சிக்கலில்.

இரட்டை

என் அருகில் படுத்திருக்கும் குழந்தை,
தலையணையைப் புறம் தள்ளும்
போர்வை உதறும்
திக்கற்று உருளும்
ஆடை ஒதுக்கி அம்மணமாகும்
உரத்தே முணுமுணுக்கும்
உறவை விளித்தே சண்டை பிடிக்கும்-
எல்லாவற்றிற்கும் மேலாக,
விடிந்தால்
எதுவுமே நடவாதது போல்,
சிரிப்பைச் சிந்தி மலர விழிக்கும்
ஆசை வார்த்தை பேசும்
பவுடர் பூசிக் கொள்ளும்
சுமை தூக்கும்
பள்ளிக்கூடம் போகும்.

அடையாற்றுப் பறவை

இங்கே

அலறும் பறவைகள் ஏராளம் - எல்லாம்
கிழட்டுக் குரல்களில்!

தொற்றிக் கொண்ட கிளையை
பற்றிக் கொள்ளும் முனைப்பில்
இவை போடும் கூச்சல்கள் - நீ
சதம் என நம்பி விடாதே - உன்
வாழ்வு நிராசையாகிவிடும்-சற்றே கவனி
ஆண்டுக் கொருமுறை அடையாறில்
 ஒரு பறவை கூவும்
உன்னை அதில் வை
வாழ்வு உன்னில் புதிதாய்ப் பூக்கும்.

பிரதிபலிப்பு

குருவி தத்தி நுழையும் - அந்தர
மூலைகளில் கண்ணாமூச்சி ஆடும்.

கிணற்று ராட்டை கிறீச்சிடும்,
வலியுடன்.

கொசுக்கள் நமைச்சல் தந்தது
போதாவென்று
காதுகளில் ஓலமிடும்.

நாய்
எதிர்குரைப்புக்கு அவசியமற்று,
வாலாட்டி ராஜநடை போட்டுச்
செல்லும்.

விமானம் உறுமி ஏகும்,
மண்டையிலடித்து.

நினைத்துக் கொண்ட காற்று,
உற்சாகப் போர்வை போர்த்தி
விசிறி மேவும். இப்படியாக

வாழ்வு
உள்ளேயுந்தான், வெளியேயுந்தான்!

அளவு

நீண்ட நாளாய் எதிர்பார்த்த
மழை பெய்தது - ஆனால்
எங்கள் வீட்டு சாய்ந்த
தென்னைமரங்களின்
முதுகு நனையவில்லை.

இருப்பின் அலைதல்

மூடிய பாத்ரூம் கதவின் பின்னால்
(மீதி மூன்று சுவர்கள்
இப்பொழுதே
அர்த்தம் கொள்கின்றன)
குழாயின் சலசலப்பில்,
சோப்பு குழைந்த மணத்தில்,
தலை துவட்டலின் சாவகாசத்தில்,
உன்னுள் அமிழ்ந்த சங்கீதத்தின்
சின்னாபின்னத்தில்,
நீ உல்லாசம் கொள்கிறாய்.

அடுத்த கவளம் மறந்து,
பரிமாறும் முகத்தின் சூள்கொட்டலில்
நீ தியானம் கலைகிறாய்.

சாலையில்,
சந்தை இரைச்சல் உன்னுள்
த்வம்சம் ஆக,
சக்தியாய்,
சந்தோஷமாய்,
நீ காற்றில் பட்டம் விடுகிறாய்.

அகால இருட்டில்,
உறக்கம் நீங்கிய விழிப்பில்,
நாய்களில் குரைப்பு
உன் விசும்பல்கள், கேவல்கள் என ஆக,

உன்னை நீ பிழிந்து கொள்கிறாய்.

நீ எந்தக் கோலம் கொண்டாலும்
உன்னை நான் காணும் அடையாளம்,
எனக்கு எப்பொழுதுமே உவப்புதான்.

உன்னையே தொடர்ந்துபற்றி
என் தடம் பதிக்க
சக்தி முழுதாய் இல்லை - உன்னை
நஷ்டப்படுத்தி எங்கெங்கோ
சிதற அடிக்கிறேன்.

இவ்வளவு அறிந்த நீ
உன்னில் ஒருவன் வேறாய் கிளைக்க
எப்படி அனுமதி தந்தாய்?

சுவடுகள்

சுள்ளி கனலும் அடுப்பில்
சூழும் புகையூடே
தலை கவிழ்ந்து போராட்டம்

விரிசல் கண்ட கரிக் கலயத்தின்
நீரொழுக்கில்
சில பருக்கைகளின் சிதறல்

சோனி எருமையின் தீனி சாக்கிட்டு
கட்டாந்தரை வெளியில்
வெயில் உடலில் மினுக்க
பரட்டைக் கூந்தல் பிரித்து ஆற்றும்
சாவகாசம்

முச்சந்தி அம்மன் உற்சவம்
மூன்று நாட்கள் அல்லது ஒருவாரமென
கெடுவைத்து மாறும் கொட்டகைக்
காட்சி
இவைகளில் ஒன்றைச் சாக்கிட்டு
உடலில் ஏறும் உல்லாசம்

ஊர் ஒதுங்கிய புறத்தில்
ஓடும் தண்டவாளத்தில்
வண்டித் தொடர் கீறீச்சிட்டு நிற்கையில்
தொண்டையில் ஆரவாரம் அலற
அகலக் கண் திறந்து வேடிக்கை

சார்ப்பு இறக்கிய குடிசை முன்வாயிலில்
ஊதுபத்தி புகையும் தலைமாட்டில்
பிலாக்கணம்

இங்கே
ஒரு காலம் கழிகிறது
தலைமுறை தலைமுறையாக.

போக்கிடம்

வீடெதிரே கடலுண்டு
ஜன்னல்வழி பார்த்து நிற்க

கல், காரைக்கு இங்கென்ன
வேலையென்று
யோசித்த நாளில்

மதிலொன்று உயர்ந்தது
கசப்பை, கரிப்பைத் திருப்ப.

முழுமை

பாத்ரூம் கீழ்ப்புறச் சுவரோரம்
தரைதொட்டு ஓருருவம்

தலை உண்டு

கண், காது
மூக்கு, வாய்
சாயல்களில் உருவாகின்றன

மார்பு, வயிறென ஏறியிறங்கி
கால்கள்
மனதில் முழுமைகொள்ள நீளுகின்றன

பிளவுகள், ஒத்ததூரத்தில் தெறிப்புகள்
இறகுரூபக் கதிர்கள்
வாகாக ஜீவன் சேர்க்கின்றன

இன்னுமொரு பொட்டுத் தெளித்து
என் கோலம் சிதையாதேயென
மௌனமாய்ச் சொல்லி கவனம் ஈர்க்க

வந்த வேலை மறந்து
நிற்கிறேன்.

சஞ்சாரம்

நாங்கள்
எங்கள் பிரச்னைகளைப் பேசி
தீர்வு காணா நிலையில்
எங்கள் நிழல்கள் பேசிக்கொண்டன.

ஆறாவது அறிவு

சாலைக்கான கற்குவியல்
சரிந்து உறங்கும்

பகலில் குருவி இரைச்சலாய் மாறும்
பள்ளிக்கூரை
மழையில் கால்வாங்கி
தாழ்ந்து உறங்கும்

சிமிட்டி கால்களில் உயர்ந்துநிற்கும்
வாட்டர் டாங்க்
தண்ணீர் வரக் காத்து
நெடிது உறங்கும்

   கொசுக்கம் சீண்டி ஓயாது
   தவளைகள் தாலாட்டித் தீராது

பரக்க விழித்துக் கிடக்கும் அந்தப் பூதம்!

தரிசனம்

வாசற் படிக்கட்டில் வந்து நின்றால்,

கறுத்தடர்ந்து
சுற்றி வளைக்கும் மேகக் குகைக்குள்
கீற்று நிலா.

இடைக்கட்டில் போய் நின்றால்,

வீடு கட்ட வந்த சிற்றாட்கள்
உணவு சமைக்க வளர்ந்த
தீ

செம்மை காட்டும்
கடக்கால் பள்ள மேட்டில்.

பிணைப்பு

வெகு நாளாய் எனக்கு ஒரு நினைப்பு
எனக்கு வைத்த பெயர் எனக்கில்லை,
மற்றவர்களுக்கென்று - ஒருநாள்
சாலையில் எவனோ அந்தப் பெயரைக்
கூப்பிட்டான், திரும்பினேன்
என்னை இல்லை, தொந்தம் புரிந்தது!

காட்சிப் பொருள்

என் காம்பௌண்டில் மத்தியானப்
பொழுதொன்று

புத்தகம் ஒதுக்கி, சோம்பல் முறித்து
ஜன்னல் அருகாய் நிற்கிறேன் நான்

வாலை ஆட்டி, காதை விறைத்து,
தலை அசையாது, நாலுகால் மடக்கிப்
படுத்துக் கிடக்கும் ரிடையர்டு போலீஸ்
ஆபீஸர்
வீட்டுப் பசுமாடு தென்னைமரத்தில்
கட்டப்பட்டு

பின்வீட்டு கோபாலன் தேக புஷ்டிக்காய்
முட்டை சாப்பிட வாங்கி வளர்த்த கோழி
குஞ்சுகளுடன் விரைகிறது இரைதேடி

நேர் செங்குத்தாய் அண்ணாந்த
தென்னைமரத்தில்
காக்கை சிறகடிக்கிறது பறக்கத் தயாராய்

பார்வையை
வீசிப் போட்டால், வானில்
இரு சாம்பல் கரைகளிடை ஒரு நீல ஆறு

இங்கே
இருக்கிறேன் ஜன்னலருகே, பார்வை
இவற்றில் லயிக்க மனம் லயிக்காப்
பொழுதை
இடையிடையே உணர்ந்து.

கூர்க்காவை முன்வைத்து சில யோசனைகள்

விசிலூதி வந்துவிட்டாய்.

மேல்கோடியில் உன் கோலோசை
சன்னமாய் அறிமுகமாகி
மீண்டும் கீழ்க்கோடியில் சன்னமாகித்
தேய்ந்த பின்னரும்
உன்னைச் சாக்குவைத்து ஓராயிரம்
யோசனைகள்

வாய் பிளந்து
துணி விலகி
கோரங்களாய்க் கிடக்கும் இவர்களைக்
கடந்துபோன காவலர்கள்தாம்
எவ்வளவு பேர்

காவலர்கள் மெழுகுபொம்மை ஆனார்கள்

கண் காது மூக்கு என
இஷ்டத்திற்கும் கீறி வழிபடுகிறார்கள்

தங்களுக்குத் தாங்களே
காவல் ஆகிக் கொண்டார்கள் இல்லை

திருடர்களிடம் மோசம் போவதே
இவர்களுக்குத்
தொழிலாய்ப் போயிற்று

நீ நாளையும் வருவாய்
விசிலொலி திக்குகளில் எதிரொலிக்க

எனக்கு யோசனைகளும் வரும்

ஆனால் இவர்கள்?
திரும்பத் திரும்ப
வாய் பிளந்து துணி விலகி...

பழித்தல்

நான் அறியா
என் வீட்டு மேற்கூரை இடுக்குகளை
மழைக் கால மின்னல்
வெளிச்சம் போட்டுக் காட்டும்.

தவம்

வெண்தடத்தில் புதுச்சூரியன்

இமைசொடுக்க விழிமலர்ந்த
சிறுமியின் தலையில்
துலக்கிய செப்புக்குடம் - நீரும் தளும்பும்

அரைத் துஞ்சலில் எருமை

கறிகாயின் பசுங் கூவல்

தெரு விளிம்புக்கு
தத்தி வந்த சிறாரின் விளையாட்டு
                    ஆர்வம் -

மனதில் புலர்ந்தபொழுது - க்ஷணம்
                    நின்றது.

அடையாளங்கள்

ஏனில்லை?
இவன் ஒரு ஞானிதான்!

சுருண்டு
சடையாகிப் போன சிகையை,
செம்பட்டைத் தாடியை
யோகித் தனமாய் நீவி விட்டுக்
கொள்வதில்லை.

இந்த மார்கழிக் குளிரில்
கைகளை மாலையாய் மார்பில் போட்டு,
சமாளித்து விடுகிறான் - அவன்

இதைக் குளிர் கருதிச்
செய்கிறானென்பதும்
என் ஊகமாய் இருக்கலாம் - ஏனெனில்

தொடையில் குத்திட்டு நிற்கும்
ரோமங்களை
சட்டை செய்வதில்லை அவன்

அடுத்த வேளைச் சோற்றுக்கு
எங்கு நின்றும் பார்த்ததில்லை அவனை,
                                       நான்
-அரைட்ரௌசர்
பையில் அவனுக்குத் தின்னக் கிடைப்பது
எது?

அரசியல் கொரிப்பதில்லை,
சேலைச் சிலிர்ப்பில் கண்கள்
திரும்புவதில்லை,
தாழ்வது மில்லை!

நாளை குடியேற விருக்கும் கனவானின்
இன்றைய செங்கல் அடுக்கிற்கு,
யாரும் சொல்லாமலே
அவன் தன் காவலைத் தருகிறான்-
அக்கம் பக்கத் திருட்டிற்கு

தன்னை நோக்கித் திரும்பும் சந்தேகக்
கண்களை அவன் அறிவானோ?
சாலை
குறுகலோ அல்லது வளைசலோ
இல்லை நேரானதோ, எப்படியானாலும்
தொலைவைத் தொடும் அவன் நோக்கு,
விடியலில்
சத்தை, குப்பைகள் மடிய வளர்க்கும்
தீக் கொழுந்தில்
ஒளிரும் அவன் முகச் செம்மை,
மீண்டும் மீண்டும்
வலியுறுத்தவே செய்கின்றன
அவன் ஞானிதான் என்று!

வாத்துக் கூட்டம்

அந்தி,
விடியல் என
கறுப்பு முகம் காட்டும் போதுகளில்
உங்கள் குரல் கேட்டு
ஜன்னலுக்கு வந்துவிடுகிறேன் -
சிற்சில நேரங்களில்

தவளைக் கதறலை உங்கள் குரலென
மயங்கி
ஜன்னலுக்கு வந்து ஏமாந்து போவதும்
உண்டு -

நீங்கள் அறிவீர்களோ என்னவோ,
என் விழி எட்டும் தொலைவு
அன்றாடம்
உங்களை நான் தொடர்கிறேன் -

ஓரக் குட்டையில் உடலை
கழுவிக் கொள்ள மட்டுமே
உங்களுக்கு அனுமதி - ஆனால்
நீங்களோ நீர்கண்ட இடங்களில் விரைந்து
உடம்பைச் சிலுப்பிக்கொண்டு
அவசரமாய்க் கரையேறுகிறீர்கள்

நாரணோ ஜெயராமன் 47

உங்களில் சிலர்
ஜோடி பிரிந்து விலகி நடந்து
ரகசியம் பேசி
மருட்சியுடன் சேர்கிறார்கள் கூட்டத்தில் -
இன்னும் சிலர்

இறக்கைகளைப் பரக்க அடித்து
ஓரடி பறந்து
திரும்பத் தரையில் வீழ்ந்து
பிரயாணத்தின் திக்கு பிசகி
மிரளுகிறார்கள் - நீங்கள்

பள்ளத்தில் இறங்கி
என் பார்வையில் சிறிது மறைந்து
திரும்ப மேடேறுகையில்
மொத்தமாய் உங்கள் முதுகுகளைப் பார்த்து
நான் ஸ்தம்பித்து விடுகிறேன் -
நீரைத்தாண்டி

அக்கரை ஏக வெண்டி
நீங்கள் நால்வராய், ஐவராய்ப் பிரிந்து
நீந்திச் செல்லுகையில்
எனக்குப் பிடிபடுகிறது ஓர் உல்லாசம் -
இச்சமயங்கள்

உங்களில் ஓரிருவரை
நீச்சல் சுகம் கருதி தொலைவாய்
போகச் சொல்லும் -
   இப்படி

எதைச் செய்தாலும்
உங்களிடம்
நிம்மதியற்ற அச்சம், நடுக்கம்
இவைகளைத்தான் காண்கிறேன் -
       இதன்
காரணம் எனக்குப் புரியாமலில்லை-

முக்காடிட்டு
பீடி புகைத்து
தூங்கி நடக்கும் மேய்ப்பனின் கம்பு
உங்கள் தலைமேலே எப்பொழுதும்
ஊசலாடிக் கொண்டிருக்கிறது

அவனுக்கு இதொன்றும் புரிவதில்லை

அவ்வப்பொழுது
தூக்கத்தினின்றும் அரைக்கண் விழித்து
உங்களை
விரட்டி ஒன்று சேர்த்து
வாத்துக்கூட்டம் என நடத்திச்
    செல்லுவதில் மட்டுமே
குறியாயிருக்கிறான்!

அநாதார ஜீவி

என் முதுகின் பின்னால்
மின் விசிறி இரைகிறது

இரைச்சல்
தாளவில்லையே என்பதால்
அதை நான் நிறுத்த முடியாது
கொசுக்களால் கடிக்கப்படுவேன்

படுக்கை வலிப்பதேன்?
யோசனை முட்களா?

கையில் வீணைகொடுத்து
அனுப்பியவனும்
மோசம் செய்துவிட்டான்
நாதத்தைக் கேட்க நாதியில்லை

கிரேன்கள்
கொக்கி போட்டு குரல்வளையை
நெரிக்கின்றன

மீண்டும் மீண்டும்
பொம்மலாட்ட சூத்திர தாரியிடம்
நம்பிக்கைப் பாத்திரத்தைப் புதுப்பித்து
கண்ணயர்வது தவிர
வேறென்ன செய்ய?

வாசற்குறட்டில்

வந்தது ஏகாந்தம் தேடித்தான்

கிடைத்தது
காற்றும், நிலவும் மட்டுமல்ல

சாக்கடையில் பருக்கை தேடிவந்த நாயும்
குறுக்கே நின்று குரைக்கவில்லை
நாற்காலி அடியில் புகுந்து,
தன் வேலை பார்த்துப் போயிற்று.

பூமியை இலக்காக்கிய விமானம்
ஆர்பாட்டம் செய்யவில்லை
வெளிச்ச முகம் காட்டி
அடக்கமாய் இறங்கிற்று.

வியாபார அறிவிப்பின்றி வந்த
சோன்பப்படிகாரனும்
வண்டியை நடுவில் நிறுத்திவிட்டான்
கணக்கு, வழக்கு பார்க்க சரியான
இடமென்று

கண்டானோ? -
பெட்ரோமாக்ஸ்,

காற்று அழுத்த மங்கி ஒளியாய்
உப்பிற்று,

பஞ்ச பாத்திரத்தில் உத்தரணி
லொடலொடத்தது
குழந்தை சொன்னது:
"மத்தியானம் ஒரு தூக்கம்
                போட்டேனா?
தலைவாரிப் பின்னிண்டேன்,
                விளையாடினேன்
சாப்பிட லேன்னு நினைச்சியா?
தயிருஞ்சாதம் சாப்பிட்டேன்,
                வெத்தக்குழம்போ
என்னமோ வச்சிருக்கா"
மண்வாடை துன்பமில்லை
தெளிந்த வானில் மிளிரும்
                நட்சத்திரங்கள்.

கடிகாரத்தை முன்வைத்து காலத்திற்குச் சொன்னவை

என் போராட்டமெல்லாம்
உன்னுடன்தான்

பொழுதைக் கணக்கிட்டு
தபால்காரன் குரலில்
என் எதிர்பார்ப்பை வைத்து
உன்னை முடக்கிவிட்டதாய்
எண்ணுகிறேன் -
தபால்காரனும் வருவதில்லை - நீ
கெக்கலி கொட்டிச் சிரிக்கிறாய்.

பத்துப் பத்து ஆண்டுகளாய்
உன்னையளந்து,
மனதில் கால்களை வீசிப் போட்டு,
காரியங்களின் சுவாரஸ்யத்தை
உனக்கு வலை விரிக்கிறேன் - வீழ்வது
நான்தான் - அடுத்த
நிமிஷ நிதர்ஸனத்தில்!

கனமான புத்தகம் கொண்டு
வசதியாய் நாற்காலியில் அமர்ந்தாலும்
உன் மூச்சுக் காற்றின் நகிப்பில்
பக்கங்கள் படிக்கப்படாமலே
சாம்பலாகின்றன.
நீ
வெற்றிடமாய் மேவுகிறாய்.

வானத்தின்
நீலம் சாம்பல் சிகப்பு
இலையின் பச்சை
நரம்புகளின் சங்கீத மீட்டல் என
அழகுகளைக் கண்ணிவைத்து
நீ சரணடையக் காத்திருக்கிறேன் -
என் நகக்கண் வெட்டுப்பட,
நீ தப்பிவிட்டதை உணர்கிறேன்.

இதில் எதுவும் வேண்டாமென
என்னுள் உறங்கி
உன்னை மறக்க நினைத்தாலும் - நீ
விடுவதில்லை
சாத்தான்களை ஏவி விடுகிறாய்.
என்னுள் உன் நிழல்கள்
வேவு பார்க்கின்றன.

இப்படியெல்லாம்
உன்னிலிருந்து தெறித்து விழுகின்ற
இக் கணத்தை மீறி
உன்னை யுகயுகமாய் நான் ஆட்கொள்ள
முற்படும் போதெல்லாம்
சூன்யமாய் கவ்வி
பிடறியில் அறைகிறாய் - இனியும்

உனக்கெதிராய் நான்
முயற்சிகள் எடுக்கப் போவதில்லை
காத்திருப்பதெல்லாம் - உன்
இறுதி ஆயுதப் பிரயோகத்திற்குத்தான்.

இன்று காலை கண்டவை

படி தாண்டியதும் -
மனதில் தன் பரப்பு விரிக்கும்
மைதானம்,

சீராக உறுமி வட்டமிடும் விமானம்,

அடிமடி அதிர
இரையில் குறியாய் தரை மோந்து
ஓடும்பன்றி,

தகரச் சல்லடையைத்
தூக்க முடியாமல் தூக்கி
குப்பை கொட்டச் செல்லும் தூக்கம்
கலையாச் சிறுமி,

பச்சைத் தழைகளின் பின்னிருந்து
மூர்க்கமாய் மேடேறும் எருமை,

முட்டாய் குதப்பி,
இரட்டையாய் நடக்கும்
கறுப்பு அம்மணக் குழந்தைகள்,

வால் சடைபூரானாய் நெளிந்து ஆட
திருப்பத்தில் கவனம் இடற,
திடீரெனத் தோன்றும் கறுப்புநாய்,

பிளந்து போட்ட மரத்துண்டு
பச்சை வாடை வீச,
அருகமர்ந்து
பீடி புகைத்து
மாற்றுக் குரலில் ராகம் இழுக்கும்
விறகுவெட்டி,

ஒன்றையொன்று நக்கி ஓடும்
புத்தர் கை ஆடுகள். - என் இளங்காலை

அமைதி சேர்கிறது.

லெவல் கிராஸிங்

இந்த
என்ஜினும் ஓர் எல்லையில்
மூச்சடங்கிவிடும்,

அன்றாடக் காரியம் முடித்த
எந்திரத் திருப்தியுடன்.

பேப்பரில் முகம் மறைத்து
பயணம் செய்யும் மாந்தர்,
உறங்கப் போவர்
மூட்டையைப் பத்திரமாய்ச் சேர்த்த
நிம்மதியுடன்.

வெறும் தண்டவாள அதிர்வுகள்!
சத்தை, குப்பை குவியலில் கண்ணாடித்
துகள் -
என்னில் வாழ்வு ஒளி.

ஸ்தல புராணம்

ஸ்டேஷன் வாழ் சக்கிலியனுக்கு,
நிழல் சாய்க்கும் மரம் வியாபார ஸ்தலம்
 ஒரு கல்; ஒரு இரும்பு,- தோலை
வாட்ட, வதைக்க, - செருமும்
தொண்டைக்குப் பதம் சேர்க்கும் தேனீர்
கண்ணாடியில் ஆறும் - உலை
கொதிப்பது தெரியவில்லை -
வாடிக்கையை
அதன் தளத்தில் சந்தித்து விடுகிறான்
 கெஞ்சல்; மிஞ்சல்
(கட்சி ஆபீஸில் தொழிலாளிக்குக்
கோவணம் கட்ட விரையும் தோழர்,
இந்த எந்திரத்திடம் விட்டெறிவது
செல்லாக்காசு)
வலியத் திணிக்கப்பட்ட ஓட்டுக்கு
இலக்காக
 ஒரு கட்சி; மாலைத்தாள் - நரம்பு
முறுக்கிக்கொண்டால் விளையாட ஒரு
 மனைவி
 கூக்குரல்; சல்லாபம்
நான்காவது பொடியனுக்கு
கட்டைவிரல் வளைவு தைக்கக் கற்றுக்
 கொடுத்து விட்டான்
(உயிர்ப்பிப்பதும் அவனே,
 நசிக்கவிடுவதும் அவனே

சிவப்பு முக்கோணம் - உமிழும்
வெற்றிலைச் சாறாக
மண்ணில் சுருளும்
தொழில்முறைக்கல்வி கலாசாலை
கான்கிரீட் கட்டிடத்தில் தெறித்து விழும்-
பூணூல்
தக்களியில் உருவாகி நாட்கள்
வெகுவாயிற்று)
ஆமாம்,
இவன் வாழ்வுச் சன்னிதானத்தில்
ஆட்சியாளன் எங்கே? - அவனை
எதிர்க்கும்
புரட்சியாளனும்தான் எங்கே?

இங்கே, இப்போதே

வண்டியில் போகும் போது
புத்தகம் படிக்காதே -

உள்ளாக, வெளியாக
உன் பார்வையை விடு

முலைசுவைத்து முந்தானையை விலக்கி
உனக்கு அழகு காட்டும்
மழலையைத் தரிசி - வறட்டுப்
பார்வையால்

குப்பை கொட்டும் வழிகளை மட்டும்
திணித்து விடாதே -

பாதையோரம்
உபாதை தீர்க்கும் ஆண்,
நின்று ஒன்றுக்கு இருக்கும் பெண்,
எல்லோரையும்
சரியாகவே பார் - நீ

ரகசியமாகப் பொத்திவைத்து
குரூரமாக ரசிக்கும்
கனவுகள் வராது -

இயக்கம் ஸ்தம்பிக்க
மௌனமாய், அர்த்தமாய்

நிற்கும் தொலை தூரப் பனைகள்,

இருகோடியாக
பூமியைத் தொடும் வான்,

இவைகளையும் பார் - நீ

முளையடித்து இழுத்துக் கட்டிய
கித்தானுக்குள்
உன் கூடாரம் அடங்காது என்பது
புரிய வரும் -

வண்டி நின்று பயணம் தடைப்பட்டால்
சிதையாதே
ஞாபகத்தை குடைந்தை எலும்பை
உருக்கிக் கொள்ளாதே

இறங்கி நட
கப்பிப்பாதை அடிப்பாதத்தை
எரிக்கட்டும்
கருங்கல் காலை இடரட்டும் - நீ
மறக்கக் குடிக்காத வனாயிருந்தால்
இதெல்லாம்
உனக்குப் புரியும் - அவ்வளவுதான்!

நாரணோ ஜெயராமன் 61

பயணம்

வண்டிக்குள் ஏறிய புதிய ஆசாமி நான்
இதென்ன மணம்?

கள் நாற்றமா? - அல்ல
ஏதேனும் ஒடிகோலோன் வாடையா?

அலங்கார உடையில் பெண்களை
கூட்டிப் போனவன்,
பெண்கள்,
லுங்கி தொடையில் சுருண்ட
     முரட்டுத் தோற்ற ஆள்,
எல்லோரும் சப்போட்டா கடித்துக்
        கொண்டிருந்தனர்-

நசுங்கித் தேய்ந்த தோல்
இரைந்து கிடந்த கொட்டை - இதென்ன
நானும் சப்போட்ட கடித்துக்
        கொண்டிருக்கிறேன்

அடுத்த ஸ்டேஷனில் ஏறப் போகும்
புதியவனைக் கேளுங்கள்

அடையாளங்களுடன் என்னையும்
எண்ணிக்கையில் அடக்குவான் -
        முடிந்தால்
தெரிந்து கொள்ளுங்கள்.

பேய்த் துயில்

நிழலும் ஒளியும்
இயைந்து மினுக்க
வேலி மீறும் கிளை
யமன் கையில் சொன்ன
      பாசக் கயிறென
மருட்சியூட்ட, - எங்கோ கத்தும்
எருமையும்
துணை போகும்.

பகல் நேர மொண்ணைத் தூண்கள்
தாக்கத் தயாரான
கரிய மனித உருக் கொள்ளும்.

குந்தி
தலை கவிழ்ந்த
மனித உருவோ
யாரோ சொன்ன பேயாகும்.

இருட்டைச் சொல்லி
எனக்குப் பாடம் சொன்ன
பேய்கள்
உறங்குகின்றன போர்வைக்குள்.

பக்கத்தைப் புரட்டு

சூரியன் காய்கையில்
ஈடுகொடுத்துப் பொசுங்கும் நீங்கள்,

அவன் உறங்கியதும்
மெல்லத் தப்பித்து வருவதில்லை

அவனுடன் சேர்ந்து உறங்கி விடுகிறீர்கள்

நிலவின் குளிர்ச்சி பற்றி உங்களுக்கென்ன
தெரியும்?

கும்பல்

தூரத்தே,
இந்த நாய்கள் ஒவ்வொன்றாய்
உறுமல், ஊளை எனச்
சுரம் போட்டு குரைக்கத்
தொடங்குகையில்,
கெண்டைச் சதை குதறப்பட்ட
திகிலுடன்,
பாதை விலகி
பக்கச் சாலையில் திரும்பி விடுகிறேன் -
இங்கே

குரைக்கும் நாய்கள் இருக்காதெனும்
நிச்சயம் ஏதுமில்லை - ஆயினும்

இவைகள் தனித்தனியாக,
சாக்கடை மேட்டில்
புண் உடம்பில் ஈ மொய்க்க,
விலா ஏறி இறங்க,
கண் சொருகிக் கிடக்கையில்,

முன்கால்கள் நீட்டி,
முகமெதிரே பிரமை திரையெழுப்பி
தலையை இடவலமென அசைத்துத்
தியானித் திருக்கையில்,

குட்டிகளை நக்கிக் கொடுத்து,
முக பாவம் சிரிப்பென அர்த்தமாக
வால் குழைந்து வளைய வருகையில்,

நாரணோ ஜெயராமன் 65

முகம் அடிவயிற்றில் புதைய,
காது விரைத்து
நத்தை ஓடாய் சுருண்டு கிடக்கையில்,

மழைச்சாரல் சிலிர்ப்பில் வெடவெடுத்து,
மரத்த கால்களிடை சிக்கி
ஒதுப்புறம் தேடி ஒடுங்குகையில்,

இன்னொரு நாய்க்கும்பல்
அந்நியமென முடிவுகட்டி
குரைத்து வெருட்ட,
வால் ஒடுக்கி
கால் நக்கி வருகையில், - நான்

குழைந்து
பின் குலைந்து
அருகாய் நின்று விடுகிறேன்.

உயிர்

சுற்றிலும்
இல்லாமை பிரலாபம்

ஓட்டைக் கதவுக்கு கனத்த பூட்டுகள்

சாக்கடை யோரத்தில்
கந்தலில்
சிசுக்கள் நிலா கண்டு சிரித்து
மல்லாந்து கிடக்கும்!

விமானம்

ஏதோ,
ஒரு மூலையில் உக்கிரமாய் உதிக்கிறாய்.

பகலில்,
உன் கழுகு நிழல்
உன்னை மீறி மைதானம் ஏகுகிறது.

இரவில்,
உன் சிகப்புப் பின் விளக்கு
வட்டமாய், பின்னர் சிறிய பொட்டாய்
போக்கு காட்டி,
ஒற்றைப் பனைமரத்தின் விசிறித்
தலைக்குள்
உன்னைச் சிறிது ஒளிக்கிறது.

எப்பொழுதானாலும்
சரியும் இடியின் ஓசையாய்
ஓங்காரம் ஒடுங்க,
வெளியில் விடுதலை பெறுகிறாய் -
எங்கோ

மீண்டும் இறங்கி
இன்னொரு ஜனனத்திற்கான
ஜடமாகிறாய்.

பிரதிஷ்டை

உருவாகும் புது வீட்டிற்கு
கதவு பொருத்தும் ஆசாரி,
வெட்டிப் போட்ட மரத்துண்டு.

சாக்கடை துவாரம் அடைக்க வசதி
என எடுத்து வந்தவன்
வாகாய் இல்லையென விட்டெறிந்தான்.

புத்திக்குத் தெரிந்த வாசனைகளில்
எது என்றறிய முகர்ந்த இரண்டாமவன்
தூக்கி எறிந்தான்.

'இன்னும் சிறிது நைஸாய் சீவியிருந்தால்'
காற்றுக்கு ஆடும் காகித உற்சாகத்திற்கு
'பாரம்வைக்க பயன்பட்டிருக்கும்'
என்றான்,
மூன்றாமவன்.

அப்படியே தூக்கி
மேஜைமீது நட்டுவைதேன்
'இருக்கட்டு' மென்று.

பிரளயம்

கால்கள் பலவீனமானவை

நடை
    தாறுமாறானது
    முடங்கியது
    முடுக்கப்பட்டது

ஆனால்
    அலைதல்கள் மகத்தானவை
    வேர்கள் 'சதா' துன்பத்தில்
        உறுதியுறுகின்றன
    தெரிவது போலும் மையம்
        எதிலும் இல்லை.

சுயம்

சும்மா கிடந்தது காலண்டர் தாள்!

மடித்து, துண்டுவெட்டி,
குவித்து, விரித்து
கப்பலாக்கி
ஜன்னல் கட்டையில் வைத்தேன்

அசைந்த காற்றில் தடுமாறியது
காகிதக் கப்பல்!

புயல்!

ஸ்தாபித்தல்

உனக்குள்,

தடுமாறு
பற்றிக் கொள்
குட்டிக் கரணம் போடு
வௌவாலாய்த் தொங்கு -

வெளியில்
செங்கல் அடுக்கி
மணல் கலந்து காரை பூசி
கட்டிடம் எழுப்பாதே

ஜந்துகள் அடையும்
நாறும்!

கடல்

தோள் பம்ம,
கை அளைய,
கால் உதைந்து என்ன?
கண்ணும் முட்டி
எட்டத் தவறி
விழுகிறது -
கரை

இப்பொழுது நான்

எதுவும், எவனும் என் பிரக்ஞையை
நச்சரிக்க விடப் போவதில்லை

இது ஏற்படுத்திக் கொண்ட தீர்மானமன்று
உணர்ந்த நிலை

காரியங்கள்,
இரும்பில் துளை
போடுவதானாலும்சரி,
பலூனில் காற்று
நிறைப்பதனாலும்சரி,
கணத்தின் முக்யத்துவத்தில்
நிகழ்ந்துவிடும்

சந்தோஷம், துக்கம் - இக்கணத்தின்
சொந்தம்

தருணம் வேண்டின்,
இறகாய் வருடுகிறேன்
இமைகளுக்கிடையில்
முத்தமிடுகிறேன்
வேண்டுமானால்
அமிலமாய் எரிக்கவும்
செய்கிறேன்

ஆனால்,
உரசல்கள் சிராய்த்து
சீழ்கோர்ப்பது இல்லை

ஷொட்டுகளில் பல்
இளிப்பதுமில்லை

நீ யார் என்னை அறைய?
அல்ல,
நான்தான் யார் உன்னைப் ப்திலுக்கு
அறைய?

போ
சும்மா கிட
வெயிலில் காய்
குளிரில் நடுங்கு
உன் தினவு எடுத்த எலும்புகளும்
மண்ணில் கரையும்
இது எதுவும் கையாலாகாத மந்திரமன்று
எலிகளின் ஓட்டப் பந்தயத்தில்
உன் அபத்தத்தை அறியமட்டுமே!

விழல்

நீங்கள்
      அதிசயிப்பதும்
      ஆசுவாசமடைவதும்
எனக்குத் திகட்டுகிறது

கண்ணாடித் தொட்டிக்குள் வளையவந்து
கடலை நையாண்டி செய்கிறீர்கள்
உயர்ந்ததைத் தஞ்சமடைவதிலும்
பற்று வரவுப் பேரேடு
      மின் வீச்சு
      உராய்வுப் பொறி என
வாழ்வு கீழ்த்திசையில் கனிந்தொளிரும்
      கைத்தட்டல்
      வெடி வேடிக்கை
காலண்டர் தாள் கிழிந்து
கொண்டிருக்கும்...

பெயரற்று

அடித்துக் கொள்கிறோம்
(அடித்துக் கொல்வதும்தான்)

ஒருவன் எட்டடி தாவினால்
மற்றவன் பதினாறடி தாவுகிறான்,
பொத்தல்களை மறைக்க
புழுதி வாரித் தூற்ற.

நமக்குள் கோடு கிழித்து
கட்சியாடி என்ன பயன்? - நம்

பெயர்முன் மரியாதைச் சொற்கள்
மாறுகின்றன
வெறும் உச்சரிப்புக்கள்!

நமக்குள் போட்டியிட்டு
யார் சிம்மாசனத்தைப் பிடித்தாலென்ன?
ஜீவ சக்தி வறள
வறட்டு ராமாயணம் வாசித்துக்
கொண்டிருக்கிறோம்,
கூண்டுக் கிளிகளாக,

உயிர்ப்பாய் வாழ்ந்தவர்கள்
ஜீவ சரிதங்களை
பரணில் தூக்கிப் போட்டு

ஒட்டடையும் படிய வைத்தோம் -
முதலில்
அதன் வழி நடப்பதாய்
சத்தியம் செய்வதை நிறுத்துவோம்

மற்றவன் சோற்றுக் கவலை நம்மதென்று
நாடகமாடியது போதும்

வெளியில் கொண்டுபோய் தலையை
வைப்போம்
(இதுவரையில்
உக்கிராண உள்ளும்
படுக்கையறையும்தானே பரிச்சயம்!)
புதுக்காற்று தவழும்
நிகழ்காலம் தெரிவதோடு
நம் உயிர்ப்புக்களும் புரியவரும்

இது புரிந்தால்
பின்னர் நாம் தெருவில் சந்தித்தால்
மௌனமாய்
இதழ் பிரிவது தெரியாது சிரித்துக்
கொள்வோம்
இதுதான் நம் உறவு
வேறு வறட்டு ஜம்பங்கள் ஏன்!

கண்

இதோ வாழ்வு கண்முன்னால்

நீர் உறைந்து பாறை அமைதி

வெயிலை கையால் அள்ளலாம்

சிலிர்த்த ஒற்றைப்பனை கிளைத்தவற்றுள்
                      தனித்த
அடையாளம்

குளிரில் சிரிக்கும் நிர்வாணம்,
கட்டிடங்கள் பொடிய.

நாத அலைகளில் கண்ணீர் மல்கும்

சக்கரம் ஸ்தம்பிக்க,
இதோ வாழ்வு கண்முன்னால்.

அரசியல் கூடுகள்

அவ்வப் பொழுது
ஆமை ஓட்டிலிருந்து தலையை நீட்டி,
உன் போலவே குரைக்கும் ஒருவனைப்
                                பார்த்து
'உன்னைவிட நான் ஒழுங்கு' என்பாய்
நீ
பிரசவிக்கவே தவறிய குழந்தைகள்
போஷாக்குடன் இருக்கின்றன என
சண்டித்தனம் செய்வாய்

நீ மூளையை அடகுவைத்த
லேவாதேவிக் காரனின்
புழுதிப் பாதத்தைத் தொட்டுக்
                                கும்பிடுவாய்

தேனை எடுத்துப் புறக்கடையில்
                        பதுக்கிவைத்து,
புறங்கையையும் நக்கி விட்டு
'தேன் தித்திக்கும்' என்று
பாடம் சொல்லித் தந்த நீ,
இப்பொழுதுதான் புதிதாய் ஜீவன்கள்
மடிவது போல,
'நீர், அரிசி' என நெட்டுருப் போட்டு
நீலிக் கண்ணீர் வடிப்பாய்

உன்னை என்ன செய்தால் என்ன?
ஓட்டை உடைக்க வேண்டும்
தலையை இழுத்துக் கொள்ள வழி
                            இல்லாமல்.

2011-ம் ஆண்டு முதல் 2018 வரை
எழுதிய கவிதைகள்

மழலை மகிழ்ச்சி

அமெரிக்க நேரத்திற்கு
மாற்றி வைக்கப்பட்ட கடியாரத்தில்
நொடிகள், யுகமாய்!

தொலைபேசி ஒலித்தால்
ஓர் ஐம்பதுக்கும், அறுபதுக்கும்
இடையே
கால் இடற ஓட்டப் பந்தயம்!

டெலிபோனை மாறி மாறிப் பிடுங்கி
நலங்கு விளையாட்டு!

பறவைக் கூவல்களும், மிருகக்
கத்தலுமாய்
அடிவயிற்றுப் பீறிடல்!
மறுமுனை வார்த்தைகளின்
ஜீவத்ததும்பலில்
அக்கம்பக்க கூச்ச மின்றி
கொஞ்சல்களின் பிரவாகம்!
அடுப்பில்,
குக்கர் வற்றித் தீய
அண்டை வீட்டார்,
மோட்டாரை அணைக்கச் சொல்லி
உரத்த குரலில்!
அமெரிக்க நேரக் கடியாரம்
காலில் சக்கரம் கட்டிக் கொண்டதா?

- **நவம்பர் 11, 2011**

காஞ்சி மாமுனியே போற்றி
கலம கரை சேர...

உலகைக் கண்டார்
கண்டது விண்டார் தீட்சண்யத்தில்
தொட்டது துலங்கியது
மனிதரோடு மனிதராய்
இருந்தார்
நடந்தார்
நிலவுகிறார்.

ஆசாரம், அனுஷ்டானம்
அவரவர் ஒழுக
நெறி!

படாடோபம் தவிர்!
கனிவு கொள், சக ஜீவன்களிடம்!
வாழ்வுக்கான
விசாலப்பாதை விரித்தார்.

'பேரறிவாளன் திரு'
புவனம் செழிக்கப் பகர்ந்தார்

அருளும் தூக்கிய உள்ளங்கையால்
ஆன்ம எழுச்சி, நெகிழ்ச்சி!
ஞானக் கனிவில்
உலக அரவணைப்பு!

- ஜனவரி 04, 2012

விசார வேள்வி

இரவின் மயானத்தில்
அக்னி எழுப்பி,
ஆகுதி வார்த்து,

எல்லாவற்றையும் செய்கிறேன்.
எதற்குச் செய்கிறேன்?

அதுவும் நான்தான்;
இதுவும் நான்தான்.

ஆன்ம ஒடுக்கத்தில்,
மௌனத்தில்,

வாழ்வை ஒரு பொறியில் கண்டு
துன்புறுகிறேன்,
ஒன்றவும் முடியாமல்
வேறாய் விலகவும் இயலாமல்!

- ஜனவரி 13, 2012

கடியாரப் பிரக்ஞை

வயோதிகத்தில்
மூதாட்டிக்கு,
மணிக்கொருமுறை சிறுநீர்,

ஒவ்வொருமுறையும்
'பெட்பேன்' வைத்து அகற்றுகையில்,
மணி என்னவென முனகுகிறாள்
அவஸ்தை நீள
காலம் நீர்க்காமல்!

- *ஜனவரி 31, 2012*

ஞான வெளி

ஒன்றுமேயில்லை!
இரு
அல்லலுறு
தெளிவடை
விடுதலை!

- ஜனவரி 31, 2012

புருஷனும், பிரகிருதியும் (அ) சத், அசத்

அவள், பொருமி
அதிசயிக்கும் ஒவ்வொருமுறையும்,
என் ஆன்மிக ஜடத்வத்திற்குச்
சவால்தான்!

உப்பு பெறாத விஷயத்திற்காக
ஓய்வுபெற்ற அலுவலகத்தில்
வரச்சொல்ல,
போய் வந்து
சும்மா இருந்த சங்கை ஊதிவிட்டேன்,
'என் சகா ஒருவன் ஓய்வுபெற்ற பின்னும்
உழைக்கிறானென்று!'

வாசல் கேட்டில்
அழைத்து நிறுத்திய சகியிடம்
'என்னவர் நாளைமுதல் திரும்ப
வேலைபார்க்க
இருக்கிறார்.'

கல்விதான் செல்வமென்கிற
என் கிளிப்பாட்டில்,
மக்கட் செல்வங்கள்
பிடித்ததைப் படிக்க,
அங்கேபோயும்
வாய்க்கும் கைக்கும்தான்!

நாரணோ ஜெயராமன் 87

யாரோ ஒரு அவன்/அவள்
கம்பெனி இங்கேயிருந்து அங்கே
அனுப்ப,
இங்கேயும் A/c ல் ஏறுகிறதாம்;
அங்கேயும் டாலர் கனக்கிறதாம்,
உள்ளுக்கும் வாசலுக்குமாய் நடந்து
செவிப்பறையில் அறைகிறாள்!

நான்,
விளித்து, விளித்து
விசனப் பேரலையில் அடித்துச்
செல்லப்பட மாட்டோமாவென்று
மாய்கிறேன்.
அவளோ,
விதிர்த்து விதிர்த்து
புவி ஈர்ப்பைப்
போதிக்கிறாள்!

- பிப்ரவரி 02, 2012

வினாக்கள் வினாக்கள்

மண்ணுலகில்
வந்து
இருந்து,
போதல்
சாதாரண விஷயம்
இல்லைபோலிருக்கிறதே!

கிருஷ்ண பரமாத்மா
தர்மத்தை நிலைநாட்ட அவ்வப்பொழுது
பூலோகத்தில்
அவதாரமெடுக்கிறேன் என்கிறார்.

காஞ்சி மாமுனிவர்,
பூஜை, புனஸ்காரத்தோடு
வாழ்வின் பந்தபாசங்களை,
ஒழுக்கத்தை,
கனிவுடன் எடுத்தியம்பி இருந்தார்.

ஜிட்டு கிருஷ்ணமூர்த்தி,
சாடிக்கொண்டே
அகப்புரட்சிக்காக உருகினார்.

மார்சல் ப்ரௌஸ்ட்டும், கீர்க்ககார்டும்,
சார்த்தரும்
உருகிக்கொண்டே இருப்பைத் தேடினர்.

நான்,

நாரணோ ஜெயராமன் 89

இவர்களோடெல்லாம் உறவாடி,
எது நிஜம்? என்று மலைக்கிறேன்!

காரண, காரியமற்ற
சுத்த சைதன்யம்
யாருக்குமே வாய்க்கவில்லையா?
அல்லது
தனி மனித
அகவெளி விடுதலை
என்று சொல்லப்படுவதா?

இல்லை,
நான் நானாக இருத்தல்
என்ற ஒன்றுண்டா?

- பிப்ரவரி 05, 2012

மாயை போற்றுதும்

காரியங்கள்
ஜன்மாவிற்காக,
காரியங்கள்
கர்த்தாவைத் தத்தெடுக்கின்றன.
காரியமாற்றிக் கொண்ட,
காரியத்தைக் கழற்றிவிடு.
கர்த்தா இல்லை!

- பிப்ரவரி 01, 2012

அலங்கோலம்தான்

அழகு,
விந்தைதான்!

கவரப் படு,
இயல்புதான்!

அது,
உன்னுள் வாழ்வு இனிக்க,
கவித்வ மொழியாகட்டும்!
ரீங்கார இசையாகட்டும்!

ஆக்ரமித்துப் பற்றாதே,
அலங்கோலம்தான்!

- பிப்ரவரி 07, 2012

???????????????????

சதா,
காரியம், காரியமென
இறக்கைகட்டிப் பறக்காதே!

பலகணிக்குப் போ!
பச்சை இளந்தளிரில்,
பனித்துளி விளையாடுவதைப் பார்!

மொட்டை மாடிக்குப் போ!
எழுச்சி ஆயத்தம் செய்து,
மேகக் குன்றுகளில் வெளிச்சக்ரீடம் சாற்றி
கிரணம் விரிக்கிறான்;
பின்னர்,
உலாவந்து,
உக்கிரத்து,
செஞ்ஜோதியாய் உள்வாங்குகிறான்.

சிறுகடியாரம் கூட
முட்களால் காலத்தை அளந்த அலுப்பில்,
பின்னடைவு கொண்டு
நேரத்தைப் பொய்க்கவில்லையா?

- பிப்ரவரி 07, 2012

சர்வம் இரைச்சல்மயம் ஜகத்

ஆக்கப் பற்று
காக்கப் பற்று
அழிக்கப் பற்று

அஞ்ஞானப் பற்று
விஞ்ஞானப் பற்று
மெய்ஞானப் பற்று

சித்தாந்தப் பற்று
சேவைப் பற்று

வேதாந்தப் பற்று
கைங்கர்யப் பற்று

ஒரே ரகளையாய் உள்ளதே!

தொற்றித் தொற்றிப்
பற்றாமலே இருக்க முடியாதா?

ஏன்,
பிரபஞ்சந்தான்
மௌனித்துத்
துஞ்சலாகாதா?

- பிப்ரவரி 08, 2012

ஊர்கூடி

அவரவர்
அடையாளம் மறந்து,
பங்களிக்க
பொதுவில் ஒருமித்தனர்.

தேர் உலா வந்தது,
ஆரவாரம் வெடிக்க;
மகிழ்ச்சிக்கலசம் பூரிக்க !

அவரவரும்
அடையாளம் தேடித் தடம் பதிக்கக்
கச்சை கட்டினர்
தேரும் நின்றது;
ஊரும் ஒடுங்கியது,
கலவரப் பூகம்பம் கனல
பங்குச் சண்டையில்!

- பிப்ரவரி 14, 2012

நித்ய கணங்கள்

அவ்வப்பொழுது
செவியுள் ஏகி,
மனதைக் கவ்விய
கீர்த்தனை வரிகள்,
ராகச் சாயல்கள்,
குரல் வளையில்
இசைக்க,
வாழ்வின் நித்ய கணங்களில்
ஆத்ம அனுபூதி!

- பிப்ரவரி 21, 2012

இருத்தலின் விருத்திகள்

வாழ்வின்
எவ்வெவ் நிதர்சனங்களில்
உன்னை வைத்து அறிகிறாய் நீ?

பயக் காட்டிலா?
கருப்பு முக்காடிட்ட இருளின்
ஓலத்திலா?
மோக மூர்க்கத்தின் சின்னா
பின்னத்திலா?
பேராசை பீரங்கிகளின் மயான
அமைதியிலா?
சுவடு தேடி
தொன்மை புகுந்து
அடையாளம் அணிய
கச்சை கட்டும் அகங்காரத்திலா?
தும்பு தேடி கூடுகட்டி குஞ்சு பொரித்து
இரைதேட இறக்கை விரித்து
அலகு ஊட்டும் ஆத்மார்த்த அன்பிலா?
க்ஷண நேரம் கிளை அமர்ந்து
விருட்டென்று விண்முட்டக் கிளம்பும்
சுதந்திர ஆனந்தத்திலா?
வெளிச்சக் கீற்று துலக்கும் கீழ்வான்
செம்மையிலா?
பனித்த கண்கள்
சிலிர்த்த கணங்கள்?
விசனப்பட்டு
விசாரப் பட்டே பயணம் நிறையுமா?

- ஜூலை 20, 2014

எதன் பிடியில்

பொழுதோட்டுகிறேன்
விழுதுகள் பற்றி
ஊஞ்சலாடி (ஊசலாடி?)
பிடி விட்டால்
காலத்தின் விச்வரூப
அக்னி மூச்சில்
வெறுமை வெளி!

- ஜூலை 21, 2014

ஆராயப் புகுமின்

இருந்ததை
இருப்பதை
இருக்கப் போவதை
தேடியலைந்து
புதிதாய் அறிவதாய்
கூறுவதாய் கொண்டால்
இல்லாததென
ஏதேனுமுண்டா?

- ஜூலை 27, 2014

தொலை

உற்றால்
காரண, காரியச் சிக்கலில்!
அற்றால்
நிச்சலன நிலைப்பேற்றில்!

- ஜூலை 27, 2014

ஆக்கல் அழித்தல்

பாசப் பூச்சில்
என்ன நேர்த்தியான குடில்!
மனக்குறுகுறுப்பில்
சுற்றிலும்
நாற்புரம் தட்டிப் பார்த்தேன்
ஜீவத் துடிப்பேதுமில்லை,
என் துடைப்பம்
மல்லுக்கட்ட
தகர்ந்தது!

- ஆகஸ்ட் 08, 2014

அரவணைப்பு

திரண்டது,
கலைந்தது,
ஏக்கம்!
எதிர்பாராப் பொழுதில்
பொழிந்தது
உவகையாக!

- ஆகஸ்ட் 08, 2014

யுகபாரம்

விழுந்த நொடியில்
நீர் முத்தின்
ஜாலத்தைப் போல்
காலத்தைக்
கணங்கணமாய்
கைக்கொள்
ஆனந்தக் கூத்தாடு!

- ஆகஸ்ட் 09, 2014

சத்

இந்தக் கணத்தில்
இங்கே இருக்கிறாயா?
இதில்
சென்றதாவது,
வருவதாவது?

- ஆகஸ்ட் 09, 2014

நிகழ்தல்

சற்றே
வழுக்கலில்
குருதி உறைய
நினைவாய் நிறைந்தான்!

- ஆகஸ்ட் 09, 2014

முடிவு

இதென்ன கூத்து?
அவனவன்
அவனவனுக்குப் பிடித்ததை
உசத்தியென்று
சிண்டு முடிந்து; சிண்டைப் பிய்த்து,
நரகமாக்குகிறார்கள்!

இதொன்றும் சரிப்படாது
என்றென்றைக்கும்
எழுதப்படாத சிலேட்டுப் பலகையாக
திறந்து வைக்கிறேன்
வாழ்க்கைக்கு என்னை!

- ஆகஸ்ட் 25, 2014

சஞ்சாரம்

உடல் அலுக்க
உறக்கம் நிறையும்
கண்களில்
விதிர்த்து எழுந்தால்
யோசனை சிலந்தி
விண்ணுக்கும் மண்ணுக்குமாய்

மன வெளியில்
ஆந்தை ஊளை
வௌவால்களின் எச்சச் சொரிதல்
இடி முழக்கம்
மின்னல் கீற்று
பேய் மழை
கடியார முள்
வசமில்லை
காலம்!

- ஆகஸ்ட் 29, 2014

மரண சுதந்திரம்

உயிர் துறந்தாள்
அம்மா
92 வயதில்
உணர்ந்த துக்கமெல்லாம்,
அயர்ச்சியெல்லாம்
அவள்பட்ட கஷ்டமோ?

இலேசானது மனசு,
எரியூட்டிய பின்,
ஆன்ம விடுதலையில்!

- *அக்டோபர் 27, 2014*

நீட்சியற்று...

காலம்
நீளக் கிடக்கிறது
காரிய மாயையில் சுருளவில்லை
எல்லையற்ற சாசுவதத்தின் விளிம்பில்
வரலாறுகள் நொறுங்குகின்றன!

- நவம்பர் 26, 2014

ப்ரும்ம கணம்

எதனின்
யாரின்
நிறை குறை ஆராயாது
உள் ஆழுங்கால்
சூழும் இருளில்
முளைக்கும் ஒளி!

- டிசம்பர் 29, 2014

எடையற்று

என்னவென்று சொல்ல?
ஏதென்று சொல்ல?
இறகுகள் உதிர்கின்றன
சிலிர்க்கும் காற்றில்
மிதக்கும் பஞ்சுத்துகள்!

- டிசம்பர் 29, 2014

தோற்றுவாய்

இதென்னப்பா?
மனிதர்கள் தாம் தோற்றுவித்த சிக்கலில்
வலிந்து கட்டி
மல்லுக் கட்டி
கூத்தடிக்கிறீர்கள்
பிரபஞ்ச வெளியில்
உன் இடமென்ன? என் இடமென்ன?
உன் காலமென்ன? என் காலமென்ன?
வியந்து, அரவணைத்து
வியாபிக்காமல்?

- டிசம்பர் 29, 2014

யசோதை பிணைக்கயிறு

அப்படித்தான் என்றால்
இதென்ன தீராத விளையாட்டு?
யுகயுகமாய்
சுழன்று சுழன்று
நிறுத்தித் தொலை!

- டிசம்பர் 29, 2014

வேரில் வெந்நீர்

இயற்கையின்
அடிமடியில் கைவைத்தாய்
நிழலுக்கும், நீருக்கும், காற்றுக்கும்
ஆலாய்ப் பறக்கிறாய்!
விலையொண்ணா அபரிமிதங்களை
குப்பியில் அடைத்து
சன்னலில் தொங்கவிட்டு,
விலை பேசுகிறாய்
நல்ல வேளை!
சக்தியாய், ஒளியாய்
கனலும் சூரியனை
ஆட்கொள்ள
முஸ்தீபுகள் ஏதும் இன்றும்
துவங்கவில்லை!
சற்றே கவனி,
உன் குருமூளையின் கர்வத்தில்
உயிர்களை
சீவனற்று நசியவிடாதே!

- டிசம்பர் 30, 2014

தோற்றம்

சென்றதன்
மிச்ச, சொச்சமா?
ஏற்க இயலவில்லை!
மையம் கொள்ளாப்
புயலில்
புதிதாய் ஜனித்தலாகாதா?

- *டிசம்பர் 30, 2014*

குறையற்றில்லை

ரிஷிகர்ப்பச் சூட்டில்
உதித்து
உன்னத மாயை காட்டிய
உன்னை
ஈன்ற பின்னர்
இவ்வளவு தானா என
தீரா வேட்கை,
விரக்தி!

- டிசம்பர் 31, 2014

இறுதி ஆணி

அவனோ
அகம் ஆழ்ந்து
பிரதி பலிக்கிறான்

இவனோ
புறம் தோய்ந்து
பிரதி எடுக்கிறான்

அவன்
தெருவோர செருப்புத் தொழிலாளியாய்
மூளிக் கல்லில்
பட்டை நறுக்கிப் பதப்படுத்தி
ஊசியில் நூல் கோர்த்து
மாய்ந்து மாய்ந்து
செருப்பு ஒன்று ஆக்கி
ஒண்டிய இடத்தில்
தொங்கவிடுகிறான்,
கடந்து செல்வோர்
கண்டால் காணட்டுமென்று!

இவன்
'பாட்டா' பாணியில்
சிறார், சிறுமியர்,பெளடிர், ஆடவர்
விதவித அளவில்
வண்ண வண்ண நிறத்தில்
காலணிகள் தயாரிக்கிறான்

விளம்பர உத்திகள்
வியாபார முகவர்கள்
சான்றிதழ்கள்
விற்பனை கனஜோர்!

ஆனால்
வாழ்க்கையோ எனில்
கண்டவர் விண்டிலர்;
விண்டவர் கண்டிலர்!

- டிசம்பர் 31, 2014

தொடர் போதம்

இன்னும்
எட்டாத் தொலை
எல்லாம்
விட்ட நிலை !

- ஜனவரி 02, 2015

ஆக்கம்

போர்வையையும்
ஊடுருவும் குளிர்
இரவுப் புழுக்கத்தில்
உதிக்கும்
சூரியத் துகள்கள் !

- *ஜனவரி 02, 2015*

ஒன்று பலவாய்

விண்ணில்
உதிப்பனவெல்லாம்
ஒன்றொன்றுதானே?
அப்படியாயின்,
விண்ணுக்கும் அப்பால்
நாம் தேடுவதாய்க் கொள்வதெல்லாம்
ஒன்றுதானோ?

- ஜனவரி 03, 2015

விசாரம்

அவரவர்தம் கால்கள் விரைகின்றன
சாலையில்

அவரவர்தம் மனம் எதையெதைத்
தொட்டு
சஞ்சாரம்?

- ஜனவரி 14, 2015

நடைமுறை முடங்கல்

மாடி வெளியில்
கித்தான் பையில் பயிரிட்ட
செடிகளுக்குத் தண்ணீர் ஊற்றப்
போனேன்
புறத்திலே வந்து நின்றவளைக்
கவனிக்கவில்லை
'வெறும் தண்ணீர் ஊற்றினாப்
போதுமா'?
ஊடே முளைத்த களைகளை பிடுங்கிப்
போட்டாள்!
'அதற்குள்ளும் அதே ஆத்மாதானே'
என்றேன்
'ஆங்' என்றாள்
இதையிதை இப்படித்தான்
செய்யவேணும் போலும்!

- ஜனவரி 21, 2015

ஆனைச்சாமி மன்னிக்கவும்

எல்லாவிடமும் போல
முச்சந்தியில் முளைத்த
போவோர், வருவோரெல்லாம்
சுதந்திரமாய் தொட்டுக் கும்பிட
இருபத்திநான்கு மணிநேரமும்
அருள்பாலிக்கும் வரசித்தி வினாயகர்
அவர்!
எனக்கும் இந்த ஆனைச்சாமி
இணக்கம்தான்!
போகிற போதும் வருகிற போதும்
போகிற காரியம், வருகிற காரியம்
சித்திக்க
நெற்றிப்பொட்டில் குட்டி
காதைப் பொத்தி தோப்புக்கரணம்
போடுவேன்
அன்றும் அப்படித்தான் நுழைந்தேன்
ஏற்றப்படாத மண் அகலில்
யாரோ நைவேத்யம் வைத்த
முழு அச்சுவெல்லம்!
வினியோகிக்கப்படாத பிரசாதம் என்று
கொண்டு
கொள்ளலாமா?

- ஜனவரி 21, 2015

விழித்தெழுகையில்

எல்லாம்
அரசியல் ஆவேசத்துடன்
அரங்கேற்கின்றன
எதிலும்
ஆத்மார்த்த ஒளி துலக்கும்
கனிவில்லை

எங்கே சென்று
தலையணையாய் உயரும் கையில்
சிரம் சாய்த்து
அயர்ந்து கண் துஞ்ச?

- ஜனவரி 22, 2015

இக்கரை, அக்கரை

இன்று
மலவிருத்தி சரியாயிருந்ததா
என்கிற கவலையோடு கூட

எதிலும் ஒன்றுமில்லை,
எல்லாம் விட்டொழிந்தன
என்கிற விஸ்ராந்தியும் கூடவே!

- ஜனவரி 22, 2015

எதார்த்த பூமி

எல்லாரும்
ஆங்காங்கே
'கொல்லைப்புற அலுவலகம்' தொறந்து
தொழில் நடத்துகிறார்கள்
பூவுலகில்
பிணவாடை!

- ஜனவரி 27, 2015

எது முதல் வாதம்

நான்
உள்ளும் பார்க்கிறேன்
புறமும் பார்க்கிறேன்
நீ
எந்த அடையாள வில்லை
வேண்டுமானாலும்
ஒட்டிக் கொள்!

- ஜனவரி 28, 2015

ஆலிங்கனம் (அல்லது) ஒரு சாட்சி பூதத்தின் பார்வையில்

நான்
இருமுறை முழங்கிவிட்டு
செல்லாக் காசாகி
வந்து விழுந்திருக்கிறேன்
நீயோ
சின்ன மைதானத்தில்
சண்டப் பிரசண்டம் செய்துவிட்டு
பெரிய மைதானத்தில்
முரசறைந்து குதித்திருக்கிறாய்
நம் இருவர் ஆலிங்கனத்தில்
என்ன பூத்துக் குலுங்கப்
போகிறதென்பதை
பார்வையாளர்கள்
தங்கள் பிளந்த வாயில்
பார்த்துக் கொள்ளட்டும்!

- ஜனவரி 28, 2015

சொர்க்கம் காணீர்

எதோத்தமன்
'க்ரீன் கார்டில்' குளிரத் தங்கிவிட்டார்
வெள்ளைச்சாமி
வேட்டிகட்டிப் புறப்பட்டுவிட்டார்
பண்பாடு பரப்ப
தோழர் மணிமுத்து
குகையிருட்டில் பொதுவுடைமை
வெளிச்சம் பீய்ச்ச
ஏகுகிறார்
அங்கோ
நீள் மையப் பூங்காவில்
கோட்டுசூட்டில் கிடார்வாசித்து யாசகம்
உல்லாசப் பயணிகள்
கூடுமிடங்களிலெல்லாம்
துணி விரித்து
குழு இசை
தலைமாநகரிலோவெனில்
நம்மூர் ஒத்த
குப்பைக் கூளச் சாலைகள்
வாரீர்
இந்நாட்டு மன்னர்கள்
நாமும் கிளம்புவோம்
சொர்க்க புரிக்கு!

- ஜனவரி, 2015

இறுதி நிலை

வேண்டாமப்பா
எந்த சகவாசமும்
நானும் வாழ்க்கையும்
மன்றாடிக் கொள்கிறோம்!

- ஜனவரி 28, 2015

பிரளய விடாய்

என்ன
மிச்சமிருக்கு
இன்னும்
கலியுகம்
எனப்படுவது முடியாதிருக்க?

- பிப்ரவரி 02, 2015

வெட்டவெளி வேட்கை

நினைக்கக் கூடாதென்றிருக்கிறேன்
முன்னும் பின்னும்
புரள்வது ஒழிய

பேசக்கூடாதென்றிருக்கிறேன்
புண்படாமல் இருக்க
மற்றும்
புண்படுத்தாமல் இருக்க

இதெல்லாம் நின்றால்
சித்திப்பது எது,
நம்மால் பெயரிடப்படாத
நமக்கு யாரும் கற்பிக்காத
ஒன்று?

- *பிப்ரவரி 02, 2015*

இயல் கூவல்

குளிர் பொழுதில்,
மின் கம்பியில்
திரும்பித் திரும்பி அமர்ந்து,
நாலா திசைகளிலும்
விடியலை அறைகூவுகிறது
நான் பெயரறியா
இந்தப் பறவை!

- பிப்ரவரி 07, 2015

பெண்

அனசூயா
வக்கிராயுதக் கடவுள்களின்
குட்டுடைத்து
கனிவாய்
அமுது படைக்கிறாள்!

- பிப்ரவரி 21, 2015

எழுத்து

கோடில்லா வெள்ளைக் காகிதத்தில்
நேராய்
மணிமணியாய் எழுதுவதாகத்தான்
நினைத்துக் கொள்கிறேன்
ஆனால் பிரதியில்
சின்னதும் பெரிதுமாய்
மேலும் கீழுமாய்
மிளிர்கின்றது கோணல்!

- *பிப்ரவரி 21, 2015*

நிர்மல விழிப்பு

தூக்கமின்மையா?
கசடுகள்
கறை பதியாதகலுகின்றன

புண்கள்
சுயத்தில் வேர்கண்டு
ரணமாகாமல்

மனிதர்கள், விஷயங்கள்
மாயச்சட்டையுரித்து
பிரும்ம சொரூபத்தில்

மரணமுற்று, மரணமுற்று
புதுப்பிறவி
எல்லையில்லாப் பெருவெளியில்!

- பிப்ரவரி 21, 2015

உயிரோவியம்

நான்
'ந' எழுத்தில் காக்கை உருவாக்கி
அதன் மூக்கில்
பூஜ்யத்தைச் சுழித்தேன்
என் மனைவி
சோற்றோடு 'பாட்டி வடை சுட்ட'
கதையைப்
புகட்டினாள்
எங்கள் பேரன்
கணக்குப் பண்ணாமல் போனில்
கதை அளக்கிறான்,
சித்திரம் பழகுகிறான்!

- பிப்ரவரி 24, 2015

மின்னல் கணம்

சேர்ந்ததெல்லாம்
சூழ்ந்ததெல்லாம்
அகல,
மேகம் கலையும் வெளிச்சம்!

- மார்ச் 02, 2015

முற்றுப்புள்ளியற்று

எதெது
எதெதற்காக நடக்கிறது?
இதையெல்லாம் நடாத்தும்
அந்த
சாட்சிபூதம் எது?

- மார்ச் 17, 2015

பிளவு

கடந்து சென்றபின்
வீசிப் பரவிய வாசனைக்கு,
அழகில்லை; அழகின்மையில்லை
கருப்பில்லை; சிவப்பில்லை
ஒல்லியில்லை; பருமன் இல்லை
குட்டையில்லை; நெட்டையில்லை
பகுத்தலின் எதிரெதிர் இரட்டை
எதன் ஆக்கம்?

- மார்ச் 19, 2015

கருந்தீண்டல்

மைத்துனன் இறந்தான்
போகிற வயசில்லை!
உணர்ச்சியின் உச்சகட்டத்தில்
கண்ணீரில் கனத்து விழுந்த சொற்கள்:
'இதென்ன மாயமா இருக்கு?
பொய்யாயிடுத்தே!
இருக்காமாதிரி இருக்கானே பாவி!'

- ஏப்ரல் 09, 2015

அவஸ்தை

எண்ண ஓட்டத்தில்
உள்ளும், புறமுமாய்
தொட்டிமீனைப் போல

- ஏப்ரல் 25, 2015

உதயம்

விடியல் கண்டு,
கதவைத் திறந்தால்
இதென்ன
காற்றை விரட்டி
கூண்டுக்குள் முடக்கம்?

- மே 03, 2015

தகிப்பு

எதுவும்
ஒன்றுமில்லை என்றாக
வெறுமையில் கனக்கும்
கணங்கள்!

- ஆகஸ்ட் 13, 2015

ஷேக்ஸ்பியர்

மூத்தவன் தொலைபேசியில்
அழைத்தான்:
'முருகனும், ஆஞ்சநேயனும் உன்னோட
இப்ப பேசுவார்கள்'

'குழந்தைகள் ஸ்கூல் புறப்படுகிற
சமயத்தில்
இதென்னடா கூத்து?'

'சும்மா ஜாலியா அவர்களுக்குப் பொழுது
போக'

முருகன் வந்து பிழற்றினான்:
'நான் இப்போ முருகனாயிட்டேன்'
'ஸ்கூலுக்கு எப்படிடா போவே?'
'ஸ்கூல் போம்போது நான் சுக்ருதா
மாறிடுவேன்'

அடுத்து,
'ஆஞ்சநேயாவாவே நான் ஸ்கூலுக்கு
போவேன்'
என்று கொஞ்சினான்,
ஆஞ்சநேயனான பிரகலாத்!

எவன் எதைக்கண்டான் அசலென்று?
வேடமென்று?

- அக்டோபர் 24, 2015

இல்லையென்று ஆக

படுத்துகின்ற உடம்பை
அக்னியில் கரை
தறிக்காத மனதை
ஆகாயத்தில் ஏவு
எதற்கென்று புரியாத ஜீவிதத்தை
சமுத்திரத்தில் முக்கு
எல்லாம் அகல,
எங்கு நிலைக்கும்
அழிவில்லாததெனப்படுகின்ற அது?

- ஏப்ரல் 26, 2016

த்வனி

அதிகாலை
மசூதி மறை ஓதல்
வெளிச்சக்கீற்று முகம் காட்ட
அந்தராத்மாவின் தனித்த பயணம்!

- ஏப்ரல் 26, 2016

சுயம்

கிடைத்த தனிமையில்,
கொட்டாவி ராகமாய் இழைகிறது
வாயு அதிரடியாய் வெடிக்கிறது
ஆயாச அலுப்பு முறித்து
உடல் எலும்புகள் நடனமாடுகின்றன
சிறை மீண்டது எது?

- ஏப்ரல் 27, 2016

ஒன்று, மற்றொன்று

இராக்கண் விழிக்க
தெளிந்தது போதம்!
ஆசன வாயில்
அக்னித் துண்டாக மலம்!

- ஏப்ரல் 27, 2016

நச்சு

குறுமூளைகள்,
பிரும்மாண்டத்தை
விகார வேட்கையில்,
எச்சிற்படுத்துகின்றன!

- ஜூன் 1, 2016

குமிழ்

உறங்கா கணங்கள்,
விடுதலை வெளிச்சத்தின்
காலத்துளிகள்!

- ஜூன் 1, 2016

இது நான்!

எனக்கு வியக்கத்தான்
இயலுகிறது!

இனம்பிரித்து
பட்டிமன்றம் நடத்த,
நிகழ்வுகள் சொல்லி வருவதில்லை!

எது மேன்மையானது?
எது நிரந்தரமானது?
கிடைக்கின்ற விடைகள் பொருட்டாய்
இல்லை.

அஞ்ஞானம்
விஞ்ஞானம்
மெய்ஞானம்
வழியாய்ப் புலனாகவில்லை.

அறிந்ததனின்றும் தொடங்கி
அறிந்ததில் முடிவதில்
நான் சலிப்படைகிறேன்.

மனிதனால் மனிதனுக்கேற்படுகிற
சிக்கல்களில் சிக்கி
நான் மயிர் பிளக்க விரும்பவில்லை.

செம்மட்டி தட்டி
பறைகொட்டி

நாரணோ ஜெயராமன் 153

என்னைக் கழுவிலேற்ற முனையாதே!
சுதந்திரக் காற்றில்
எந்தக் கொடூரத் தீயும் அவியும்.

நான் தேடிக்கொண்டுதான் இருப்பேன்.

தேடலின் முடிவோவெனில்
ஊகிப்பதில் உவப்பில்லை!

- ஆகஸ்ட் 25, 2016

பார்வை

கவி மனதிற்கோ
நீள் வானின் நீலப் பரப்பில் பொதிந்த
அவை
மின்னும் ஒளிப்பொட்டுகள்!

விஞ்ஞானியின் கருவிக் கண்களுக்கு
அவை
நீரிலா, காற்றிலா, உயிரிலா
வறட்டுப் பிரதேசம்!

- ஆகஸ்ட் 30, 2016

போலி

இரட்சிக்க வந்தவனின் சாம்ராஜ்யத்தில்,
முதல் முறை வென்றதோடல்லாமல்
இரண்டாம் முறையும் மூர்க்கமாய்
வென்றவன்,
இவன் தருகிற குடைச்சலில்
கிறுக்கனாகிப் பிதற்றுகிறான்!

ஒத்துப்போன இன்னொருவன்
பொறுத்துப் பொறுத்துப் பார்த்து,
இன்னும் கஜானா காலியாகவே
இருப்பதால்
எகிறிப் பார்க்கிறான்!

சிக்கலிலிருந்து மீள
வழிகிடைக்குமோவென
ஒத்து ஊதியும், கொக்கரித்துப் பார்த்தும்
பலனிலா நிலையில்,
பொருமிக்கொண்டிருக்கிறாள் மாது
ஒருத்தி!
எதிரி என்றே பிரகடனப்படுத்தி
தன் குறுநிலத்தில் வென்றவன்

உரசி உரசிப் பார்த்து,
சுவரில் அடித்த பந்தாக உணர்கிறான்!
'இவன் குடுமி என் கையில்' எனக்
குதித்த கோமாளி
அவையில் இடம் கிடைக்காமல்,
சர்ப்ப மூச்சிரைத்து வெற்றுஅனல்
பரப்புகிறான்!
திக்விஜயனின்
குட்டு வெளிப்படுகையில்,
இழந்தவற்றைப் புள்ளிவிவரமெடுக்கக்
காத்திருக்கும் பேதைகள் நாம்!

- ஆகஸ்ட் 30, 2016

உரிமை கோரல்

கண்ணா,
நீ காட்டும் பாதையை
நான் பகுத்துணர்ந்து

நல்லது அல்லாதனவற்றை,
ஏற்கக் கூடாதவற்றை,
விலக்கிவிடுகிறேன், ஆனால்
சரணடைய மட்டுஞ் சொல்லாதே!
எனக்கு என்னவோ அது நெருடுகிறது!
நீயே என்னையறிந்து ஆட்கொள்!

- செப்டம்பர் 06, 2016

வெற்றுப் பிரகடனங்கள்!

தந்தக் கோபுரத்தில்
வீங்கிய 'நான்' உடன்
நீங்கள் கூடிக்கூடிப் பேசி,
காகிதத்தில் வார்த்தைகளைக் கொட்டி
என்ன பயன்?

- செப்டம்பர் 07, 2016

காட்சிப் பரிமாணம்

அந்தி வானில்
வண்ணப் பொலிவுடன் மேகத்
திரட்டுகள்!
செம்பிழம்புச் சூரியன்
முதலை வாயில்!

- செப்டம்பர் 13, 2016

பூஜ்யம்

எல்லாமே,
நிலைத்த ஒரு கணத்தில்
அர்த்தமிழக்க

அடுக் அடுக்காய்
கொட்டாவி தொடர,
வெறித்து வீற்றிருக்கிறேன்!

- *செப்டம்பர் 26, 2016*

போதம்

புத்தன் கண்டான்
உலகோடு உறவாடி

எச்சமாய்
துக்கத்தை, அதன் வேர்களை,

காண்கிறோம் இன்று
'அலெப்போ' ஈறாக

மனிதப் பூக்கள்
கரிந்து விழுகின்றன!

- செப்டம்பர் 26, 2016

*அலெப்போ - சிரியாவின் நகரம்

வடிகால்

அம்மா, அப்பா
இளையவனிடம் செய்த குறும்பு
ஆபத்தாய் முடியக்கூடாதென
உரக்கக் குரலெழுப்ப,

விசும்பிக்கொண்டே
வந்தமர்ந்தான் இருவயது மூத்தவன்,

அணைத்துக் கொண்டேன்
அழுகை
அணை உடைந்தது!

- செப்டம்பர் 26, 2016

கம்புத்தடியன்கள்

மூடா
என்னென்ன வலைகளில் சிக்கி
நீ உன்னை இப்படி
இறுக்கிக் கொள்கிறாய்?
மற்றோர்,
குரல்வளை கதறக்கதற நெரிகிறது!
உயிர்மூச்சு திணறித்திணறி ஏகுகிறது!

- செப்டம்பர் 26, 2016

நாசக்காரர்கள்

ஒற்று மிகுகிறதா, மிகவில்லையா
என்றெல்லாம் பார்ப்பதில்லை,
‘சுக்குமொ ளகுதி ப்பிலி’ என்றில்லாமல்
இருந்தால் சரி!
உணர்த்துவது அதிரத் தைக்கிறதா?
எங்கேயேனும் ஊற்றுக் கண் திறக்க, கண்
சுரக்கிறதா?

கட்புலனாவதெல்லாம்,
ஆட்டுவிக்கப் படுவதும்
இடுப்பின்கீழ் அறையப் படுவதும்
காற்றில் மயான வாடை வீசுவதும் தாம்!

பகட்டில் துர்மணம் குமட்ட,
சுயமோகிப்பில் வீச்சரிவாள் ஏந்தித்
திரிகிறான்கள்!

- அக்டோபர் 09, 2016

நடப்பு

முளையடித்து கயிற்றுச் சுற்றளவில்
மேயவிடப் பட்டவைகள்
விரல் சொடுக்கில் அடங்கும்!

புறந்தள்ள, கொட்டடியில்
அடைபட்டவைகள்,
வெதுப்பும் கையாலாகாத்தனத்தில்!

கோயில் காளையோ வெனில்
கொம்பு துருத்தி, முட்டிட அச்சுறுத்தி
உலா வரும்!

- அக்டோபர் 11, 2016

அற்ற வேளை

இருளின் நிசப்தத்தில்,
எண்ணங்களின் இறுதி ஒளிர்வில்,
ஆடையெல்லாம் ஒதுங்க,
கட்டாந்தரையில் ஒடுங்கிக்
குத்திட்டிருக்கும்
இது எது?

- அக்டோபர் 22, 2016

ஆதர்சம்

எனக்குப் ‘புட்டினை’ப் பிடிக்கும்,
எதிலும் மூடுமந்திரமாய் நடப்பதில்
எனக்கு ‘இஸ்ரேலை’ப் பிடிக்கும்,
பட்டாசு வெடித்து நான் மட்டுமே
தரையில் கால் பாவாமல் மிதிக்க
வேண்டுமென்பதில்,
எனக்கு ‘ஆஸாத்’ஐயும் பிடிக்கும்,
அவர் ‘புட்டினி’ன் சகா மட்டுமல்ல;
மனிதர்களையொழித்த மயானக் காட்டில்
மேல்சட்டை கழுத்துப்பட்டையை
உயர்த்தி நடப்பதில்
யாரிருந்தாலும் ஆண்டாண்டாக
வருடாந்திரச் சடங்காக நடந்து
முடிவனவற்றையெல்லாம்
நானே அவதானித்து நடத்திக்
காட்டுவதாய் பிரமிப்பூட்டுவதில்
எனக்கு நிகரில்லை போங்கள்!
காண்பீர்,
என் குத்தாட்டம், குதியாட்டமெல்லாம்
முடிந்த் பின்னர்
எங்கும், எதிலும் வெட்டவெளி
நிர்மூலம்!

- அக்டோபர் 22, 2016

நாரணோ ஜெயராமன் 167

மலர்ச்சி

அலர்ந்ததையே வியக்க உணர்த்தி,
ஒன்றிரண்டென புவிஈர்ப்பில் உதிர்ந்து
எண்ணிக்கைப் பெருக்கி,
மென்படுகை விரிக்கும்,
புறக்கடையில் பவளமல்லி!

- *அக்டோபர் 28, 2016*

பிறவி

'அரிது, அரிது மானிடராய்ப் பிறத்தலரிது'
எனப் பகர்கின்றனர்
ஆன்றோரும், சான்றோரும்.
ஆனால் யோசிக்கையில்,
பாரதி சினமல்லவோ கனலுகிறது!
ஆள்வோன் கடமை, உழவுக்கு
மரியாதை, போர்தர்மம்
சகமனிதனுடன் ஒழுகுதல்,
இல்வாழ்க்கைப்பண்பு என
எதை எடுத்தாலும்,
வள்ளுவன் வகுத்தவற்றுக்கு
எதிர்மறையாய்ச் செயல்பட்டு,
நரகமெனப்படுவதையல்லவோ
நிர்மாணித்துக் கொண்டிருக்கிறார்கள்!

அற்ப ஜீவிகளாம்!
வளர்த்தோன் அயலூர் சென்றால்
குறுக்கும் நெடுக்குமலைந்து
அழுகுரல் இழைத்து முடங்கிக்
கிடக்கிறது நாய்!

இப்படித்தான்,
மூன்று மாதம் வேற்றூர் சென்றுவிட்டுத்
திரும்பினேன்,
காக்கைக்கு இட்ட உணவின்
நெய்வாசனையை
மோப்பம் பிடித்து காகத்திற்கு முன்

ஆடு, மாடு, கோழி, ஒட்டகமென
மனிதனின் ஏதோ ஒரு ஜடராக்னிக்கு
ஜீவன்கள் பலியாகியவண்ணம்!
கேட்டுக் கொள்ளுங்கள்,
இவை அவற்றுக்கென்றே விதிக்குப்
பட்டவையாம்!
மனிதன் தான்
ஆசையில் இழுத்துக் கொண்டு நாறிச்
சாகிறான்!

செய்தி பார்த்தேன்,
பிளாமிங்கோ பறவைகள்,
விமானக் கட்டணமின்றி, குடிமை
விசாரணையின்றி
நம்மூர் தட்பவெட்பத்திற்குப்
பறந்து வந்துள்ளனவாம்,
கிடைக்குமா இந்தச் சுதந்திரம் நமக்கு?

எனவே, தீர்மானித்துவிட்டேன்
மீள்பிறப்பு என்று எனக்கு ஒன்று
உண்டாகில்
நான் எதுவாக வேண்டுமானாலும்
இருந்து விட்டுப் போகிறேன்!

- அக்டோபர் 30, 2016

நிர்வாணம்

இரவின் அமைதியில்
வெறுமனே நிற்கிறேன்!

- ஏப்ரல் 19, 2017

ஒரு துளிக் கண்ணீர்

வாலம் எனும் மூதாட்டி
காலமாகி விட்டதாகத்
தகவல் சொன்னாள் மனைவி.
நினைவுப் புதையலிலிருந்து
மின்னலெனத் தெறித்தது:
எங்கள் திருமணத்தில்
எனக்கு மனைவியானவளை
மணக்கோலத்தில் அழகியாக்கிய மாது!

- ஏப்ரல் 19, 2017

அழிதலும் அமிழ்தலும்

பைத்தியமென எண்ணிவிடாதீர்!
அவ்வப்பொழுது தலையைக்
குலுக்குகிறேன்
செய்கிற காரியங்களுக்காய்
'நான்' துறுத்துகிறபோது,
'இல்லை, இல்லை'யென
மறுதலிப்பதாகும்!
மேலும்,
சிற்சில சமயங்களில்
கை கொட்டுகிறேன்!
இப்பொழுதுகள்
மையமற்று பூஜ்யத்தில்
திளைப்பதாகின்றன!

- ஏப்ரல் 20, 2017

மையமற்று

சித்தக் குதிரை
கடிவாளமற ஓடினால்தான் தெரியும்.
நான் எனப்படுகிற என்னையும் சேர்த்து
எல்லாவற்றையும்
அக்குவேறாய், ஆணிவேறாய்
கழற்றிப் பார்த்துவிட்டேன்
என்னவோ இருக்கிறோம், என்னவோ செய்கிறோம்
எதுவும் நிச்சயமில்லை, எதுவும் சாசுவதமில்லை,
மொத்தத்தில்
ஒன்றுமில்லை, போங்கள்!

- ஏப்ரல் 29, 2017

ஸித்தி

ஒவ்வொன்றாய்
கழன்று போவது
தானாய் நிகழ்கிறது!

- மே 24, 2017

பௌத்த சூன்யம்

பிரச்சனைகள்
இருக்கத்தாம் செய்கின்றன
அவற்றின் மூலவேர்,
தன்னலம் சார்ந்த 'நான்' கொழுத்த
மனிதர்கள்தாம்
ஆனால்,
எல்லாமே 'இருக்கிற இடத்தில் இருக்க',
விழிப்புற்ற என்னை
எங்கிருந்து மேவுகிறது
உச்சிவெயில்?

- ஜூன் 07, 2017

விசார வெளியில்

உன்னதமெனப்படுபவற்றையெல்லாம்
உரசிப் பார்க்கத் தோன்றுகிறது:
பல்கிப் பெருகுவதான
ஒற்றை அசலை அறிய
ஆழப் போதல் எவ்வண்ணம்?
அடி முட்டுவேனா?
எழும்பும் பூதங்களுக்கிரையாவேனா?
ஆனந்திப்பேனா?

- ஜூன் 17, 2017

மரணம்

உறவுகளில், சுற்றுவட்டாரத்தில்
முதிர்ந்த இறப்புகளையெல்லாம்
என் மனைவி தெரிவிக்கையில்,
எழுபதைத் தாண்டிவிட்டால்
வண்டி ஓடுகிற வரை ஓடட்டும்
என்கிறேன்,
புரிந்து, ஆமோதிக்கிறாள்.
மரணம் ஆராயப்பட வேண்டாம்,
சம்பவிக்கட்டும்!

- ஜூன் 17, 2017

கற்பு

தாம்பத்யத்தில்,
இவனோ, இவளோ
யாரோ ஒருவர்,
தன்னை அற்பமாய்
வெளிப்படுத்துகையில்
அவனோ, அவளோ
தன் மனதில் வரித்த
மங்கையை/மணாளனை
நினைவு கொள்ளக்கூடும்!

- ஜூன் 17, 2017

புரிதல்

நாங்கள் வசிக்கிற 'கம்யூனிட்டியில்'
சிறுநடை பழகிக் கொண்டிருந்தேன்,
அமெரிக்கச் சிறுவர், சிறுமியர்
விளையாடிக் கொண்டிருந்தனர்,
மரக்கிளையொன்றில் பதுங்கியிருந்த
என்னை அறிந்த சிறுவன் ஒருவன்,
நான் தலை நிமிர,
உதட்டில் விரலை வைத்துக்
காண்பித்தான்;
மொழிதான் தடை,
சமிக்ஞை அல்ல!

- ஜூன் 17, 2017

அரிதாரம்

'வசுதேவக்குடும்பகம்' என்றீர்கள்,
'யாதும் ஊரே யாவரும் கேளிர்'
என்றீர்கள்,
எங்கே போயிற்று நீங்கள் கூறிக்கொள்கிற
உங்கள் மேதைமை?
எவ்வாறெல்லாமோ
அரங்கேற்கின்றனவே உங்கள் கூத்துகள்?

- ஜூலை 05, 2017

வெட்டொன்று, துண்டிரண்டு

நீயும், நானும்
அட்டைக்கத்தி வீரர்களாக,
நிழல் யுத்தக்காரர்களாக இருந்தது
போதும்.
நேருக்கு நேர் வா,
என் குரோதமும், உன் குரோதமும் உரசி
மடியட்டும்.
மேலும், ஒரு முடிவெடுப்போம்:
காலாட்படை, ஆனைப்படை,
குதிரைப்படையெல்லாம் வேண்டாம்,
நம் நலத்திற்காக மாற்றுயிர் வதை ஏன்?

- ஜூலை 05, 2017

இலேசாக

இதனிதன் காரணம் இன்னின்ன,
இதுதான் தோற்றுவாய்,
இதுதான் நடாத்துவது,
இதுதான் முடிப்பது,
என்கிற மாயையெல்லாம் அறு,
எதுவுமே
பக்குவமற்று, முழுமையற்று
ஏமாற்றமளிக்கையில்
ஏதோ வருகிறோம், இருக்கிறோம்,
போகிறோம் என்றிரு.

- ஜூலை 25, 2017

வாய் திறக்கிறேன்!

நான் தயாராய்த்தான் இருக்கிறேன்,
வாருங்கள் கிங்கரர்களே!
உங்களுக்கு அலுப்பாய் இருந்தால்
சொல்லி விடுங்கள்,
எனக்குப் கரிசனம் காட்டும்
தேவன் எவனாவது இருப்பான்,
புஷ்பக விமானம் அனுப்புவான்!
அவனும் கொட்டாவி விட்டானென்றால்
நான் உங்களை வந்தடைகிற
யோசனையை விடுங்கள்,
என் சாவித்திரி இருக்கிறாள்,
காவிரிக் கரையில் பிறந்தவள்;
ஆடிப் பெருக்கு சப்பரத்தைப்
புளகாங்கிதத்துடன் நினைத்தென்னை
அணைத்துக் கொள்வாள்!
அதுபோன்ற சப்பரமொன்றில்
நெற்றி வேர்வையை வழித்துப்
போடாமலே,
கொண்டு விட்டு விடுவாள்!
என் வாழ்க்கையை அப்படித்தான்
நடத்திக் கொண்டு வருகிறாள்!

- ஆகஸ்ட் 04, 2017

இதழ் ஒட்டாமல்!

நீங்கள் எப்படியெல்லாமோ
உறுதுணையை விளிக்கிறீர்கள்,
'லைப் பார்ட்னர்'
என்கிறீர்கள்,
'பெட்டர் ஹாப்'
எனப் போகிறபோக்கில் உதிர்க்கிறீர்கள்,
அரசாங்க விண்ணப்பத்தில்
'ஸ்பௌஸ்'
எனக் குறிக்கிறீர்கள்,
ஒரே ஸ்ட்ராவில் உறிஞ்சிக் குடிக்கையில்
'ஸ்வீட்டி' என இழைகிறீர்கள்,

உங்களுக்கும், எனக்கும்
தலைமுறை இடைவெளிதான்,
எதிலும், எல்லாவற்றிலும்,
நான் எப்படி உணர்கிறேன்
பாருங்கள்:
உயிர்மூச்சு!

- ஆகஸ்ட் 04, 2017

கால சர்ப்பம்

பொழுது
நீளக் கிடக்கிறது,
ஆயுட் தண்டனையாய்!

- ஆகஸ்ட் 11, 2017

பேருவகை

அடிக்கடித் தொடுகிறேன்,
'ஒன்றுமில்லை'
என்கிற புள்ளியை.

- ஆகஸ்ட் 13, 2017

மெய் திளைத்தல்

நான் எதற்கும் ஏவுகிறவன் அல்லன்!
ஏதோ நினைத்ததைச் சொல்லக்
கூப்பிட்டேன்,
'சுவாரஸ்யமாகத் தேன்குழல்
சாப்பிடுகிறேன், கூப்பிடுகிறீர்களே'
என்றால் மனைவி.
மெய்யாகவே வருந்தினேன்,
அவளின் ஜீவித கணத்தைக்
குலைத்தமைக்கு!

- ஆகஸ்ட் 16, 2017

கண்ணாமூச்சி

காரிய மாயை போர்த்தி
உன்னிடமிருந்து பதுங்குகிறேன்
ஆனால்,
உன் சர்ப்ப மூச்சு,
எப்போதும் என் பிடரியில்
தகித்த வண்ணம்!

- ஆகஸ்ட் 17, 2017

க்வாண்டம்

என்னில் நிலைத்து
எல்லையில்லாப் பெருவெளியில்
ஏகாந்தத்தில் திளைப்பதும்
மாயத் தருணங்களில்தாம்.

- 26, அக்டோபர், 2018

இல்லாள்

நொடிப்பொழுதில்
சிட்டுக்குருவியாய்
எங்கேனும் காரியமயமாய்
வேளாவேளைக்கு
அன்னபூரணியாய்
ஏகாந்தத்தில் சலனப்பொழுதுகளில்
ஆன்மா விகசிக்கும் மாயையாய்
அவ்வையாய் நரைதிரண்டபோதும்
அழகியாய்
நுகத்தடி பந்தத்தில்
ஒரு இனிய பசு.

- 23, மே, 2018

மருட்சி

உள் உறையும் அரவம்
அங்கங்கே
சுருண்டு சுருண்டு.

- 10, அக்டோபர், 2018

வேறாய்

எண்ண உளைச்சல்
குப்பையில் புரள,
கரிய பொழுது மெல்ல
நகர்கிறது
விடியல் பரவசத்தில்
புதிதாய் முளைக்க.

- 21, நவம்பர், 2018

உருவமற

எனக்குப் பின்னால்
படுக்க வந்த பேரன்
என் போர்வையை விலக்கி
'நீங்கள் இருக்கிறதே தெரியலை' என
கண்ணாடியில் மாயபிம்பங்கள்.

- 21, நவம்பர், 2018

இறுதி

சூரிய சந்திரர்கள்
கருவறைக்குள் புக,
நட்சத்திரங்கள் தெறித்துவிழ,
கருந்துளைகளின் சங்கமத்தில்
இருள் திரை.

- 21, நவம்பர், 2018

எளிமை, ஈரம், காருண்யம்.

நான் பிறந்த மண், என் தாயின் ஊரும் மும்மூர்த்திகள் ஸ்தலமுமான திருச்சி மாவட்டத்தைச் சேர்ந்த பிக்ஷாண்டார் கோயில் எனப்படும் உத்தமர்கோயில். ஸ்ரீரங்கத்திற்கு முந்தைய / பிந்தைய உத்தமர்கோயில் இரயில் நிலையத்தை ஒட்டிய கீழ்அக்ரஹாரத்தில், என் அம்மாவிற்கு மஞ்சகாணி சொத்தமாக ஒரு சிறு வீடும், கொஞ்சம் நஞ்சை நிலமும் இருந்ததால் அந்த பந்தம், சில வருடங்களுக்குத் தொடர்ந்தது. வீட்டு அதிகப்படி செலவுகளுக்கு அந்த நிலத்தின் சொற்ப வருமானம் உதவியது. சிறுவயதில், அந்த ஊர் ராஜா எலிமெண்டரி ஸ்கூலில் ஒரு வகுப்பு படித்துள்ளேன். தந்தைக்கு ஸ்ரீரங்கத்தில் காவேரியின் அக்கரையில் திருச்சி-கரூர் சாலையில் உள்ள கம்பரசம்பேட்டை.

திருவாடனை-மதுரை சாலையில் அரசூர் என்னும் கிராமத்தில் உள்ள குருந்தமுடைய (ஆதிகாலத்தில் பனைமரத்தடியில் இருந்தார்) அய்யனார், குலதெய்வம். எனவே, இராமநாதபுரம் மாவட்டம் பந்தமும் இருக்கிறது. பூர்வீகம் இப்படி அமைந்ததானால் உறைவிட ஆண்டுகளை கணக்கில்கொண்டு சொந்தம் கொண்டாட வேண்டுமென்றால், என் அப்பாவின் வேலைநிமித்தம் வசித்த தஞ்சை மாவட்டத்தைச் சேர்ந்த கும்பகோணம்-மாயவரம் இடைப்பட்ட கிராமங்கள். என் தந்தை, பொதுப்பணித் துறையில் நீர்ப்பாசன குமாஸ்தாவாக இருந்தார். அவருக்கு ஆண்டுக்கு ஒருமுறை பணி ஊர்மாற்றல் இருக்கும். பதினொரு வருட பள்ளிப்படிப்பை முடித்தது நன்னிலம் தாலுகா, பேரளம் அரசு போர்டு உயர்நிலைப் பள்ளியில். கல்லூரிப் படிப்பு, சென்னையில் உறவினர் வீட்டிலிருந்து (ஜார்ஜ் டவுடன்) மீனம்பாக்கம் அகர்சந்த் மான்மல் ஜெயின் கல்லூரியில். 1961-ம் வருடம் முதல் சென்னை வாழ்க்கைதான். இன்று என் வயது 73.

பதினோராம் வகுப்பு பள்ளி இறுதித்தேர்வு முடிந்த விடுமுறையில், பக்கத்து கிராமத்தைச் சேர்ந்த என் வகுப்புத் தோழி ஒருத்தி வீட்டிற்கு வந்திருந்தாள். அவள் வந்துவிட்டுப்போன சுவடாக மனது குதூகலித்த கணங்களை 'கோடை மழை' எனத் தலைப்பிட்டு, ஒரு சிறுகதையாக்கி என் அம்மாவிற்கும் படித்துக் காண்பித்தேன். வாழ்க்கையில், பெண் எனும் இனிமை நுழைந்ததும், எழுத்துலக முயற்சிகளும் இப்படித்தான் துவங்கி இருக்க வேண்டும். அப்பருவத்தில்,

நான் விருப்பத்துடன் படித்த பத்திரிகைகள் குமுதம், ஆனந்தவிகடன், கல்கி. கல்லூரி நாட்களில் விடுமுறைக்கு வரும்போதெல்லாம் என் தந்தை இவற்றைப் பக்கத்து டவுனிலிருந்து வாங்கிவந்து தருவார். குமுதம் குணேகா சென்ட் மணக்கும்.

‘கோடை மழை’ இவற்றில் ஏதோ ஒன்றுக்குப் பயணித்திருக்கிறது. எழுத்து ஆர்வத்தில் குழந்தை அடிவைக்கும் எல்லோருக்கும் ஏற்படுகிற அனுபவம்தான். கல்லூரி விடுமுறையில் ஒரு தடவை, என் குடும்பம் வசித்த கொல்லுமாங்குடி கிராமத்திற்கு வந்தபொழுது கோடையில் வயல்களில் ஆட்டுக்கிடை போட்டிருந்தார்கள். அப்பொழுது ஆனந்த விகடனில் ‘பத்து கேள்விகள்’ என்ற பகுதி ஒன்று தொடராக வந்துகொண்டிருந்தது. வாரந்தோறும் ஜீவனத்திற்குத் தொழிலாற்றும் வெவ்வேறு சமூகத்தினரைப் பேட்டி கண்டு பத்துக் கேள்விகளுக்கு அவர்கள் தரும் விடைகளைத் தொகுத்துப் பிரசுரிப்பார்கள். ஆட்டுக்கிடை போட்டிருந்த ஒரு குழுவினரை நான் பத்துக் கேள்விகள் கேட்டு, போட்டோ ஸ்டூடியோகாரரை அழைத்துவந்து அவர்களைப் போட்டோ எடுத்து, விகடனுக்கு அனுப்பியிருந்தேன். எங்கள் நிருபர்கள்தான் இந்தப் பகுதியைச் செய்யவேண்டுமென்று பதில் வந்தது. என் பெற்றோர், என்னுடைய இந்த ஆசைகளுக்கு தடை விதிக்கவில்லை. நான்கு ஆண்டுகள் கல்லூரிப் படிப்பின்போது ஒவ்வொரு விடுமுறை முடிந்து சென்னை திரும்பும்போது பெற்றோர், என்னைவிட ஐந்து வயது சிறியவனான தங்கை, ஒன்பது வயது இளையதம்பி இவர்களைத் தேள், பாம்பு அடிக்கடி தென்படும் வீடு, மழைக்கால இருட்டு, சுவர்க்கோழி கத்தும் நடுநிசி நிசப்தம் இவை என்னுள் உறையவைத்த பயம், அவர்கள் பாதுகாப்பு சார்ந்த மருட்டலாக மாறி மாயூரத்திலிருந்து சென்னைக்கான என் செங்கோட்டா பாசஞ்சர் பயணத்தைக் கனக்க வைக்கும். ஒன்பது மணிக்கு என்னை வண்டியேற்றிவிட்டு அகாலத்தில் கிராமம் திரும்பும் என் அப்பாவைப் பற்றிய கவலை அரிக்கும்.

பல்கலைக்கழக புதுமுக வகுப்பு ஓராண்டு, வேதியியலில் இளங்கலைப் படிப்பு மூன்று ஆண்டுகள் என, நான்கு வருட கல்லூரிப் படிப்பு பூர்த்தியானதும் 1965-ம் வருடம், படித்த ஜெயின் கல்லூரியிலேயே வேதியியல் துறையில் விளக்குநராக (Demonstrator) ஆரம்பப் பணி துவங்கியது. 2003-ல் பணி ஓய்வு பெற்றபோது, தத்துவத் துறையில்

முதுநிலை விரிவுரையாளர். 38 ஆண்டுகால கல்லூரி வாழ்க்கை, மாணவ, சக ஆசிரியர்கள் என மனித உறவுகளின் அனுபவ பொக்கிஷமாகவும், போர்க்குணத்திற்கு சந்தர்ப்பம் அமைத்துத் தந்த நிகழ்வுகளின் சவால்களாகவும் நிறைவேறின.

கல்லூரி மாணவப் பருவத்தில் 'தீபம்' மாதாந்திர இதழ் அறிமுகமானபோது, அதன் ஆசிரியர் மணிவண்ணன் எனும் நா.பார்த்தசாரதிக்கு 'கல்கி'யில் தொடராக வெளிவந்த அவருடைய 'பொன்விலங்கு' நாவலைப் படித்துவிட்டு என் பாராட்டை கடிதமாக எழுதியிருந்தேன். அந்த நாவலின் கதாநாயகன் சத்தியமூர்த்தி என்னைக் கவர்ந்த பாத்திரம்.

அவருடைய முத்துமுத்தான கையெழுத்தில் பதில் கடிதம் போட்டிருந்தார். அவரை, எல்லிஸ் சாலையில் இருந்த 'தீபம்' அலுவலகத்தில் சந்தித்தேன். நான் எழுதுவதற்கு ஊக்குவித்தார். தீபம் பத்திரிகையில் என்னுடைய ஓரிரு கவிதைகள் சில கடிதங்கள் பிரசுரமானதாக நினைவு.

சென்னையில் என் குடும்பத்தினருடன் ஆரம்பகால வாசம் தண்டையார்பேட்டை ஜி.ஏ.ஆர். எனப்படும் கொல்லவார அக்ரஹாரம் சாலையில். க்ரியா ராமகிருஷ்ணன், ஜெயின் கல்லூரியில் நான் பி.எஸ்சி., படிக்கும்போது பி.ஏ., பொருளாதாரம் படித்தார். அப்பொழுது எங்களுக்கு ஒருவரையொருவர் தெரியாது. அவருக்கும் தண்டையார்பேட்டியில் வீடு என்பதால் பஸ் ஸ்டாண்டில் அடிக்கடி பார்த்த பழக்கத்தில் அறிமுகமாகி நட்பு வேரூன்றியது. அவர்மூலமாக, நண்பர் ம.ராஜாராம் (நா.கிருஷ்ணமூர்த்தி, சா.கந்தசாமி, ராமகிருஷ்ணன் இவர்களுடன் இலக்கியச் சங்கம், கசடதபற சிற்றேடு ஆகியவற்றை துவக்கியவர். 'இலக்கியச் சங்க' வெளியீடான 'கோணல்கள்' என்கிற சிறுகதை தொகுப்பில் இவருடைய மூன்று கதைகளும் அடக்கம்; ராஜாராம் வேலைநிமித்தமாக பெங்களூர் சென்றுவிட்டதால் மேற்கண்டவற்றுக்கு அவருடைய பங்களிப்பு அதிகம் கிடைக்கவில்லை.) அறிமுகமானார். இவர்கள் இருவர்தான் என்னை தீவிர இலக்கியம், நல்ல சங்கீதத்தில் தோய வைத்தவர்கள். குறிப்பாக இந்துஸ்தானி இசைக்கு என்னை அறிமுகப்படுத்தினார்கள். ராஜாராம் சிதார் கலைஞரும்கூட. ராமகிருஷ்ணன்மூலம் காம்யூ, காஃப்கா, சார்த்தர், நிக்கோலஸ் கசான்சாகி போன்றோரின் எழுத்துகளும் அறிமுகமாகின. கசடதபற இதழ் மாதாமாதம் தயாரித்து வெளியிடும் பணிக்காக ராமகிருஷ்ணன் திருவல்லிக்கேணி செல்லும்போது (முதலில் சில மாதங்களுக்கு கவிஞர் மஹாகணபதி அறை, பின்னர்

ஞானக்கூத்தன் அறை) நானும் அவருடன் செல்வேன். நான் அவர்களுடன் ஒட்டிக்கொண்டிருந்ததில் எனக்கு இலக்கியப் பெரும்பயன். முதலில் என்னுடைய நான்கு வரிக் கவிதையான 'இயற்கை'யை அவர்கள் வெளியிடத் தீர்மானித்தபோது நான் கூச்சப்பட்டேன். ஆசிரியர் நா.கிருஷ்ணமூர்த்தி நட்புடன் அதட்டி அதனைப் பிரசுரித்தார். நான் 'கசடதபற'வால் இலக்கிய போஷாக்கும், அங்கீகாரமும் பெற்றவன். ஞானரதம், அஃக், வானம்பாடி, பிரக்ஞை போன்ற சிற்றேடுகளும் என் எழுத்தை அக்கறையுடன் பிரசுரித்தன.

உரையாடலில் நான் கேட்பவன், பேசுபவன் அல்லன். எல்லோரும் பேசக் கேட்டு பதிவுசெய்து என்னை செழுமைப் படுத்திக்கொள்ள முயற்சி செய்திருக்கிறேன். 'பிரக்ஞை' ஆசிரியர் ரவீந்தரனுடன், சுந்தர ராமசாமி வீட்டில் சில நாட்கள் தங்கியிருந்தபோதும் நான், அவர்களுடன் எந்தத் தீவிர கருத்துப் பரிமாற்றமும் செய்துகொள்ளவில்லை. இதேபோன்று, ஒரு திருமணத்திற்காக சிதம்பரம் சென்றிருந்தபோது மௌனி வீட்டிற்குப் போயிருந்தேன். அவர், ஆத்மார்த்தமாக அசல் எழுத்தைப் பற்றிய சில ஆலோசனைகளைத் தந்ததாக ஞாபகம். இலக்கிய உலகில் என் மூர்த்தண்யம் இவ்வாறிருக்க, சுந்தர ராமசாமி அவர்கள் தன்னுடைய 'பல்லக்குத் தூக்கிகள்' சிறுகதைத் தொகுப்புக்கு முன்னுரை எழுதச் சொன்னதும், பிரமிள் அவர்கள் என்னுடைய 'வேலி மீறிய கிளை' கவிதைத் தொகுப்பிற்கு ஈடுபாட்டுடன் முன்னுரை எழுதியதும், ஆர்.வெங்கடேஷ் (கல்கி சிறப்பு ஆசிரியர்), ஷங்கர்ராம சுப்ரமணியன் ('தி இந்து'வில் பணியாற்றுகிறார்.) இவர்கள் என்னை, என் எழுத்துக்காக நினைவுவைத்துக்கொண்டு தொடர்பு ஏற்படுத்திக் கொண்டது எனக்கு பெருமகிழ்ச்சி அளிக்கிறது. ஆர்.வெங்கடேஷ், இந்திரா பார்த்தசாரதியின் ஒரு சிறுகதைக்கு எதிர்வினையாக நான் 'கல்கி'க்கு எழுதிய கடிதம்மூலமாக என் தொலைபேசி என்னை அறிந்து என்னுடன் பேசினார். எழுதச் சொன்னார். நான் ஒரு கவிதையை அனுப்ப, அதைப் பொருத்தமான ஓவியத்துடன் பிரசுரித்தார். இது நடந்தது 2012-ல். இதே காரணத்திற்காக, என்னைத் தொடர்ந்து நினைவில் வைத்திருப்பவர் நண்பர் அழகியசிங்கர்.

எழுபதுகளில் என் எழுத்துலகச் சஞ்சாரம் எந்தக் காரணமும் இல்லாமல் முற்றுப் பெற, படிப்பதும் குறைய, இலக்கிய உலகிற்கு நான் அன்னியமானேன். தொழில், குடும்பம் என்கிற லௌகிக வாழ்க்கைப் பிரயாணத்தில்

வருடங்கள் உருண்டன. கனிவு, புரிதல், புத்திசாலித்தனம் என்கிற நலன்கள் பெற்ற பெண், ஒரு நல்ல தோழியாய் வாழ்க்கைத் துணைவியாக அமைய, குடும்பப் பொறுப்புகள் அச்சுறுத்தவில்லை. பொறுப்புமிக்க இரண்டு மகன்கள், அவர்களுக்கு வாய்க்கப்பெற்ற மனைவி, குழந்தைகள் ஆகியோருடன் வாழ்க்கை இனிதே செல்கிறது.

அரசியல் அதிகாரம் சரியான கைகளில் இருக்கவேண்டுமென்கிற வகையில், எனக்கு அரசியலில் ஈடுபாடு உண்டு. அக் காலகட்டத்தில் ஜெயப்பிரகாஷ் நாராயண் வெளியிட்ட 'Everyman's' பத்திரிகையில், அவர் எழுதிய புரட்சிகரமான கட்டுரைகள் என் நம்பிக்கைக்கு ஆதாரமாக அமைந்தன. சே குவேரா பற்றி அவர் எழுதிய கட்டுரை, இந்த புரட்சியாளனைப் பற்றி நான் மேலும் அறிய ஆவலைத் தூண்டியது. நடப்பு அரசியலில் ஜனநாயகம் புதைக்கப்பட்டுவிடுமோ என்ற அச்சம் என்னாலும் உள்வாங்கப்பட்டுள்ளது.

எனக்கு வாழ்க்கைதான் ஆசான். விரக்தி, பரவசம், விசாரமென வாழ்க்கை அனுபவங்கள் ஞனத்திற்கு ஏந்திச் செல்லுகின்றன. ஆதர்ச புருஷர்கள், காஞ்சி ஸ்ரீ சந்திரசேகரேந்திர சரஸ்வதி சங்கராச்சாரியார், சிந்தனையாளர் ஜிட்டு கிருஷ்ணமூர்த்தி, காஞ்சிமாமுனிவர், எளிமை, ஈரம், காருண்யம் போன்ற ஆதார ஸ்ருதிகளை மீட்டி வாழ்க்கையில் என்னைத் தொடர்ந்து நெறிப்படுத்துகிறார். என்னால் பூமியில் காலூன்றி வானத்தில் சிறகடிக்க முடிகிறது என்றால் தத்துவஞானி கிருஷ்ணமூர்த்தியுடன் சில ஆண்டுகள் உள்ளார்ந்த ஈடுபாட்டுடன் பயணித்ததுதான்.

ஒருமுறை, ஞானக்கூத்தன் அறையிலிருந்து நண்பர்கள் எல்லாரும் வெளியே வந்து சாலையோரம் பேசிக்கொண்டிருந்தோம். சைக்கிளை எடுத்துக்கொண்டு வீட்டிற்குப் புறப்பட இருந்த ந.முத்துசாமி, என்னை ஒருகணம் உற்றுப் பார்த்தார்.

'You are a happyman' என்று சொன்னார்.

"ஆம். நான், சந்தோஷமாகத்தான் இருக்கிறேன். மாயை, பிடிபட்டதாலோ என்னவோ."

- நாரணோ ஜெயராமன்